பிறப்பு

பிறப்பு

யு. ஆர். அனந்தமூர்த்தி (1932)

நவீன இந்தியாவின் மிக முக்கியமான எழுத்தாளர்களில் ஒருவரும் ஞானபீடப் பரிசு பெற்றவருமான அனந்தமூர்த்தி கர்நாடகத்தின் மேளிகே கிராமத்தில் பிறந்தார். மைசூர்ப் பல்கலைக்கழகத்தில் பேராசிரியராகப் பணியைத் தொடங்கி, இங்கிலாந்தின் பர்மிங்ஹாம் பல்கலைக்கழகத்தில் மால்கம் பிராட்பெரியின் வழிகாட்டலில் டாக்டர் பட்டம் பெற்றார். 'சமஸ்கார', 'பாரதிபுர', 'அவஸ்தெ', 'பவ', 'திவ்ய' இவர் எழுதிய நாவல்கள். இலக்கிய விமர்சனம், கவிதை, சிறுகதை என எழுதியுள்ள அனந்தமூர்த்தி நேஷனல் புக் டிரஸ்ட், சாகித்திய அக்காதெமி ஆகியவற்றின் தலைவராகப் பணியாற்றியவர்.

நஞ்சுண்டன் (1961 – 2019)

மொழிபெயர்ப்பாளர்

சேலத்தைச் சேர்ந்த நஞ்சுண்டன் பெங்களூர்ப் பல்கலைக் கழகத்தில் புள்ளியியல் துறையில் பேராசிரியராகப் பணிபுரிந்தவர். ‘சிமெண்ட் பெஞ்சுகள்’, ‘மாற்றம்’ ஆகியவை இவரது கவிதைத் தொகுதிகள். மொழிப் பிரக்ஞையும் வடிவ போதமும் மிக்க சிறந்த சிறுகதைகளைப் படைத்தவர். சீரிய இலக்கிய வாசிப்பு அனுபவங்கள் சார்ந்தும் செம்மையாக்கச் செயல்பாடுகள் குறித்தும் தொடர்ந்து கட்டுரைகள் எழுதியவர். ‘யுகாதி’, ‘மரணம் மற்றும்’, ‘அக்கா’ ஆகிய சிறுகதைத் தொகுப்புகளையும், யூ.ஆர். அனந்த மூர்த்தியின் ‘பிறப்பு’, ‘அவஸ்தை’ ஆகிய நாவல்களையும் கன்னடத்திலிருந்து மொழிபெயர்த்துள்ளார்.

‘அக்கா’ என்ற சிறுகதைத் தொகுப்பிற்கு மொழிபெயர்ப்பிற்கான சாகித்ய அகாதெமி விருதை 2012ஆம் ஆண்டில் பெற்றுள்ளார். தமிழ் இலக்கணத்தைக் கசடறக் கற்றவர். ‘செம்மை’ அமைப்பின் மூலம் தமிழ் இலக்கிய உலகில் எடிட்டிங் சார்ந்த விழிப்புணர்வை உண்டாக்கியவர்.

மனைவி காஞ்சனா தமிழ்நாடு அரசுத் தேர்வுத் துறையில் மண்டல துணை இயக்குநராகப் பணியாற்றி ஓய்வு பெற்றவர். மகன் சுகவனன் கலிஃபோர்னியா பல்கலைக்கழகத்தில் முதுகலை மாணவர்.

யு. ஆர். அனந்தமூர்த்தி

பிறப்பு

கன்னட நாவல்

தமிழில்
நஞ்சுண்டன்

காலச்சுவடு பதிப்பகம்

● அன்பார்ந்த வாசகருக்கு,

வணக்கம்.

காலச்சுவடு நூலை வாங்கியமைக்கு நன்றி.

நூலின் உள்ளடக்கம், உருவாக்கம், அட்டைப்படம் இன்ன பிற அம்சங்கள் பற்றிய உங்கள் கருத்துகளையும் ஆலோசனைகளையும் காலச்சுவடு வரவேற்கிறது. தகவல், எழுத்து, வாக்கியப் பிழைகள் தென்பட்டால் அவசியம் தெரிவித்து உதவுங்கள். நூல் தயாரிப்பில் கடும் குறைபாடு இருப்பின் மாற்றுப் பிரதி உங்களுக்குக் கிடைக்கக் காலச்சுவடு ஏற்பாடு செய்யும்.

மின்னஞ்சல்: **publisher@kalachuvadu.com**

காலச்சுவடு நாகர்கோவில் அலுவலகத்திற்குக் கடிதம் அனுப்பலாம்.

தங்கள்
எஸ்.ஆர். சுந்தரம் (கண்ணன்)
பதிப்பாளர் — நிர்வாக இயக்குநர்

பிறப்பு ● யு. ஆர். அனந்தமூர்த்தியின் கன்னட நாவல் (பவ) ● © எஸ்தர் அனந்த மூர்த்தி ● தமிழில்: நஞ்சுண்டன் ● முதல் பதிப்பு: டிசம்பர் 2001, திருத்தப்பட்ட இரண்டாம் பதிப்பு: ஜூன் 2004, ஒன்பதாம் பதிப்பு: பிப்ரவரி 2025 ● வெளியீடு: காலச்சுவடு பப்ளிகேஷன்ஸ் (பி) லிட்., 669, கே. பி. சாலை, நாகர்கோவில் 629001

Pirappu • A Novel (Bhava) in Kannada by U.R. Ananthamurthy • © Esther Ananthamurthy • Tamil Translation by Nanjundan • First Edition: December 2001, Reprinted with Corrections: June 2004, Ninth Edition: February 2025 • Size: Demy 1x8 • Paper: 18.6 kg maplitho • Pages: 120

Published by Kalachuvadu Publications Pvt.Ltd., 669, K.P. Road, Nagercoil 629001, India • Phone: 91-4652-278525 • e-mail: publications @kalachuvadu.com • Printed at Clicto Print, Jaleel Towers, 42 KB Dasan Road, Teynampet Chennai 600018

ISBN: 978-81-87477-10-5

02/2025/S.No. 90, kcp 5633, 18.6 (9) 1k

இந்த மொழியாக்கம்
பாலாஜிக்கும் ஜமுனாவுக்கும்

உங்களோடு . . .

இக்கன்னட நாவலின் மொழிபெயர்ப்பாளன் என்ற முறையில், நீங்கள் இதைப் படிக்கத் தொடங்குமுன் சிலவற்றைச் சொல்ல விரும்புகிறேன். மூல நாவலின் தலைப்பு **பவ** (Bhava). இதன் முதல் பதிப்பு *1994*இலும் இரண்டாம் பதிப்பு *2000*த்திலும் வெளியாயின. இது இரண்டாம் பதிப்பின் தமிழாக்கம்.

'பவத்திறம் அறுகெனப் பாவை நோற்ற காதை' **மணிமேகலை**யின் இறுதிக்காதை.

'பவமெனப் படுவது கரும ஈட்டம்
தருமுறை இதுவெனத் தாந்தாஞ் சார்தல்'

என்கிறார் சாத்தன். பவம் என்ற சொல்லுக்கு நா. கதிரைவேற் பிள்ளையின் **தமிழ்மொழியகராதி**

> அழிவு, இருத்தல், உலகம், காற்று, சதுப்பு நிலம், சம்பாத்தியம், சாணி, சங்கக்கரணம், சுத்தம், தூர்த்தல், நிலை, பரம், பலன், பாவம், பிறப்பு, மேன்மை

என்று பொருள் கூறுகிறது. 'பவ' என்பதற்குப் பொருந்தும் 'பிறப்பு' என்பதை மொழி பெயர்ப்பின் தலைப்பாகத் தேர்ந்துள்ளேன்.

*

இனி இம்மொழிபெயர்ப்பில் நீங்கள் எதிர்கொள்ளப்போகும் சில சொற்றொடர்கள் தொடர்பாக . . .

முதல் வகுப்புப் பெட்டி: முதலாம் அத்தியாயத்தில் வரும் முதல் வகுப்புப் பெட்டி என்பது வெளியில் தெரிகிற ரயில் பெட்டியின் உள்ளே நான்கு பேருக்கான கூஃபே. எனவே, அதற்குள்ளிருந்து வெளியே சென்று வருவதென்பது ரயில் பெட்டிக்குள்ளேயே நடக்கும் செயல்.

ட்ரங்க் பெட்டி: ட்ரங்க் என்றாலே பெட்டியைத்தான் குறிக்கும். பொதுவான புரிதலுக்காக ட்ரங்க் பெட்டி என்று எழுதியுள்ளேன். ஆர்ச் வளைவு, நடு சென்டர் என்பதுபோல. வழுவமைதியாகக் கொள்ளலாம்.

கடுபு: இது தென்கர்நாடகப் பகுதியில் செய்யப்படும் இட்லி போன்ற ஓர் உணவுப் பண்டம். பலா, வாழை இலைகளில் சுற்றி ஆவியில் வேகவைக்கப்படுவது. பல வகைகள் உண்டு.

மாத்ரு ரக்ஷை: தாயின் கவசம் எனப் பொருள்.

பார்த்தோ தோடல்: திபெத்தியப் புராண இலக்கியத்தில் பிறப்புக்கும் இறப்புக்கும் இடையிலான நிலையைக் குறிக்கும் சொல்.

ஜபர்தஸ்து: (விரட்டி) அதிகாரம் செய்தல்.

பூதத்தை வணங்குதல்: தென்கர்நாடகப் பகுதியில் பூதங்களை வணங்கும் வழக்கம் உண்டு. வருடந்தோறும் பூதங்களுக்கு வண்ணமயமான திருவிழாக்களும் நடைபெறுகின்றன. இவை பேய், பிசாசுகளுடன் சேர்ந்த பூதங்கள் அல்ல.

பத்ரடை: இதுவும் தென்கர்நாடகப் பகுதியில் விசேஷமாகச் செய்யப்படும் ஓர் உணவுப்பண்டம். 'பத்ர' என்றால் இலை. அரிசி, வரமிளகாய், தனியா முதலானவற்றை அரைத்து உப்பு சேர்த்து

இதற்கென்று பிரத்தியேகமாக உள்ள இலையில் அடையாகத் தட்டி, ஒன்றின் மேல் ஒன்றாக அடுக்கிச் சுருட்டி ஆவியில் வேகவைத்தால் பத்ரடை. அதைத் தனியாகவோ தயிருடன் சேர்த்தோ அல்லது மீண்டும் பல்வேறு பொருட்களுடன் சேர்த்துத் தாளிதம் செய்தோ உண்பது உண்டு. வீட்டிற்கு வந்த விருந்தினர் 'ஊருக்குப் போகிறேன், ஊருக்குப் போகிறேன்' என்று சொல்லும்போது 'இன்று பத்ரடை செய்கிறோம்' என்றால் அவர் ஊருக்குப் போகாமல் தங்கிவிடுவாராம்.

ஹளேபைக்கா: ஈடிகா ஜாதியைக் குறிக்கும் மற்றொரு சொல். பாக்கு, தென்னை முதலான மரங்கள் ஏறுவதையும் கள் இறக்குவதையும் முக்கியத் தொழிலாகக் கொண்டிருந்த ஜாதியினர்.

*

பேராசிரியர் அனந்தமூர்த்தியின் **பாரதிபுர** நாவலை மொழிபெயர்க்கத் தொடங்கியிருந்த நான் தோழர் பிரபஞ்சன் அவர்களைச் சந்திக்க நேர்ந்தது. அதற்கு இரண்டொரு நாள்களுக்கு முன்னதாகத்தான் அவர் **பவ** (BHAVA) நாவலின் ஆங்கில மொழியாக்கத்தைப் படித்திருந்தார். அது தொடர்பாகப் பேசிய அவர் உடனடியாக அதைத் தமிழாக்கம் செய்ய என்னை ஊக்கப்படுத்தினார். இந்நாவல் தமிழில் வெளியாவதற்கு முதல் காரணர் பிரபஞ்சன் அவர்களே. இத்தமிழாக்கத்தைப் படித்த நண்பர் மனுஷ்ய புத்திரன் இதன் வெளியீட்டில் பெரிதும் ஆர்வம்காட்டினார். பிரபஞ்சனும் மனுஷ்ய புத்திரனும் மேற்கொண்ட முயற்சிகளாலேயே இந்நூல் காலச்சுவடு வெளியீடாக வருகிறது.

மொழியாக்கத்தின் முதல் படிவத்தைக் கன்னட மூலத்துடன் ஒப்பிட்டுச் சரிபார்த்தவர் சகோதரி தமிழ்ச் செல்வி. மொழியாக்கத்தைச் செம்மைப் படுத்தப் பெரிதும் உதவியவர்கள் தாரை பெ. வேலு, எம். எஸ்., மற்றும் அ. சீனிவாசன்.

ஒளியச்சு செய்யவும் வடிவமைக்கவும் உதவியவர்கள் கீழ்வேளூர் பா. ராமநாதன், அ. குமார், சி. லீலா.

இவர்கள் அனைவருக்கும் என் நெஞ்சார்ந்த நன்றி.

மொழியாக்கம் செய்ய அனுமதியளித்த பேராசிரியர் அனந்தமூர்த்தி அவர்களுக்கும் இந்நூலை வெளியிடும் காலச்சுவடு பதிப்பகத்தாருக்கும் என் நன்றி.

இந்நாவல் தமிழில் வெளிவரப் பெரிதும் ஆர்வம்காட்டி என்னை மொழிபெயர்க்கத் தூண்டிய மற்றொருவர் சமீபத்தில் மறைந்த என் நண்பர் அ. அருள். இதை எழுதும் இக்கணம் நெஞ்சம் நெகிழ அவரை நினைத்துக்கொள்கிறேன்.

30 நவம்பர் 2001 — தோழமையுடன்
பெங்களூர் *560 056* — **நஞ்சுண்டன்**

(முதல் பதிப்பின் முன்னுரை)

• பிறப்பு •

என் மொழிபெயர்ப்புகளுக்குக் கிடைத்துள்ள வரவேற்பு எனக்கு மகிழ்ச்சியைத் தருவதோடு எனக்குள்ள பொறுப்பையும் அதிகரிக்கிறது. இந்த இரண்டாம் பதிப்பில் சில மாற்றங்களைச் செய்திருக்கிறேன். அதில் முக்கியமானது, 'வைராக்கியம்' என்ற சொல்லுக்குப் பதிலாக 'விரக்தி' என்ற சொல்லைப் பயன்படுத்தியிருப்பது. கன்னடத்திற்கும் தமிழுக்கும் பொதுவாக உள்ள பல சொற்கள் இவ்விரண்டு மொழிகளிலும் ஒரே பொருளைத் தருவதில்லை. இத்தகைய சொற்கள் 'போலி நண்பர்கள்' (false friends) என அழைக்கப்படுகின்றன. வைராக்கியம் என்னும் சொல் கன்னடத்திலும் தமிழிலும் பயன்படுத்தப்படுகிறது. அனந்தமூர்த்தி இச் சொல்லை 'பற்றில்லாமை' என்னும் பொருளில் எடுத்தாண்டுள்ளார். 'வைராக்கியம்' என்ற சொல்லுக்குத் தமிழில் முன்பு 'பற்றில்லாமை' என்னும் பொருள் வழக்கில் இருந்திருக்கிறது. அகராதிகள் வைராக்கியத்துக்கு 'பற்றில்லாத' என்னும் பொருளையும் சுட்டுகின்றன. ஆனால், க்ரியாவின் தற்காலத் தமிழ் அகராதி இச் சொலுக்கு 'மன உறுதி' எனப் பொருள் தருகிறது. 'பற்றில்லாமை' என்பது நாவலின் மொழிநடைக்குப் பொருந்தவில்லை. எனவே, 'விரக்தி' என்னும் சொல்லைப் பயன்படுத்தியுள்ளேன்.

'பிறப்பு' வெளியான சில நாள்களுக்குள்ளேயே பல இலக்கிய நண்பர்கள் நாவலைக் குறித்தும் மொழிபெயர்ப்பு தொடர்பாகவும் ஆர்வத்தோடு என்னிடம் பேசினார்கள். மூன்று வாக்கியங்கள் முதல் வாசிப்பில் நெருடுவதாகப் பெருமாள் முருகன் சொல்லியிருந்தார். இப்பதிப்பில் அவர் சுட்டிக்காட்டிய வாக்கியங்களைச் சரிசெய்திருக்கிறேன். அதோடு, ஓய்வு பெற்ற தமிழ்ப் பேராசிரியர் பட்டாபிராமனும் பயனுள்ள சில யோசனைகளைத் தெரிவித்தார்.

இருவருக்கும் என் நன்றி. ஏ.கே. ராமானுஜன் ஒரு முறை, 'மொழி பெயர்ப்பு என்பதே ஒரு முடிவற்ற செயல்பாடு' எனக் கூறியது இத்தருணம் நினைவுக்கு வருகிறது.

தமிழ் கூறு நல்லுலகில் மொழிபெயர்ப்பு நூல்கள் இரண்டாம் பதிப்பைக் காண்பது அபூர்வம். அப்படிப்பட்ட அபூர்வம் என் மொழியாக்க நூல் விஷயத்தில் நிகழ்வதில் பெருமகிழ்ச்சியடை கிறேன். இந்நூலை மிகுந்த அக்கறையோடு வெளியிடும் காலச்சுவடு பதிப்பகத்துக்கு என் நன்றி.

1 மே 2004
பெங்களூர் *560 056*

தோழமையுடன்,
நஞ்சுண்டன்

பாகம் ஒன்று

• பிறப்பு •

. 1 .

எதிரில் உட்கார்ந்திருந்தவன் கழுத்திலிருந்த தாயத்து விஸ்வநாத சாஸ்திரிகளின் கண்ணில் பட்டு அவருக்குள் ஒரு துர்த்தேவதை நுழைந்துவிட்டதைப் போலிருந்தது. அது தற்செயலாகத் தோன்றிய ஓர் அறிகுறியாகவுமிருந்தது. அவன் சீட்டின் மேல் கால்களை மடித்துச் சுகாசனத்தில் அமர்ந்து, முளைவிட்ட பாசிப் பயறை ஸ்டீல் கிண்ணத்திலிருந்து விரல்களால் பொறுக்கிச் சிறிதே திறந்த உதடுகளுக்கிடையில் போட்டு வெளியில் தெரியாதவாறு தாடையை அசைத்து அது அமுதம் என்பதைப் போலச் சுகமாகத் தின்று கொண்டிருந்தான். ரயிலின் முதல் வகுப்பில் கிழிந்த குஷன்கள் கொண்ட பெட்டியில் அவர்களைத் தவிர இன்னும் இருவர். ஆனால் யாரையும் பொருட்படுத்தாமல் அவன் ஓடும் ரயிலின் ஜன்னலுக்கு வெளியே தொடர்ச்சியாகக் கண்ணில் பட்டு ஒதுங்கும் முட்புதர்களையும் தாகத்தால் கத்தி அழைக்கும் காக்கைகளையும் தம் உடலளவே விழும் நிழல்களின் மேல் படுத்திருந்த எருமைகளை யும் பார்த்தபடியே உட்கார்ந்திருந்தான். ஐயப்ப விரதமிருந்த அவன் கறுப்பு ஜிப்பாவும் கறுப்பு வேட்டியும் அணிந்து தோளின் மேலே ஒரு கறுப்புத் துணியையும் போட்டிருந்தான். தங்கச் செயினில் அவன் அணிந்திருந்த தாயத்து அந்தக் கறுப்புத் துணியின் மேல் வெளியில் தெரியும்படி விழுந்திருந்தது.

ஜன்னலுக்குப் பக்கத்துச் சீட்டில் அவன் அமர்ந்திருக்க, கதவுக்கு அருகே விஸ்வநாத சாஸ்திரிகள் உட்கார்ந்திருந்தார். மாதத்திற்கு ஒருமுறை சவரம் செய்துகொள்ளும் அவரது முகத்தில் அடர்ந்த வெள்ளைத் தாடி வளர்ந்திருந்தது. மேலே பச்சைக் கரை வெள்ளைத் துண்டு போர்த்தி, அதே கரை வேட்டி உடுத்தியிருந்தார். அவர் வயது சுமார் எழுபதுக்குள் என எண்ணும்படியிருந்தது. பாண்ட் சர்ட் அணிந்திருந்த மற்ற இருவரைவிட சாஸ்திரிகளும் ஐயப்ப விரதமிருந்தவனும் முதல் வகுப்புப் பெட்டியில் கவனத்தை ஈர்ப்பவர்களாக இருந்தார்கள்.

மத்தியான நேரமாகியிருந்தது. மற்ற இருவரும் முந்தைய ஸ்டேஷனில் உணவு வாங்கியிருந்தார்கள். அவர்களில் ஜீன்ஸ் அணிந்திருந்தவன் அசைவக்காரனாதலால், வாடிய துளசியைக் குடுமியில் முடிந்திருந்த சாஸ்திரிகளுக்கும் கறுப்பு உடை ஐயப்ப பக்தனுக்கும் சங்கடம் உண்டாகக்கூடாதென்று மேல் பர்த்தில் ஏறி நிமிராமல் சாய்ந்து உட்கார்ந்து, குனிந்தபடி மறைவாக எலும்பைக் கடித்துக் கொண்டிருந்தான். பாண்ட் அணிந்து நெற்றியில் குங்குமம் இட்டிருந்த மற்றொருவன் மெட்ராஸ் சாம்பார், ரசம், பொரியலை ஒன்றாகச் சேர்த்துப் பிசைந்து உருட்டி வாயில் போட்டுச் சத்தம் எழச் சாப்பிட்டுக்கொண்டிருந்தான். சாஸ்திரிகள் தன் மடிமூட்டையிலிருந்து ஸ்டீல் கிண்ணத்தை எடுத்துக்கொண்டார்.

ஆனால் அதன் மூடியைத் திறந்து தின்ன முடியாத அளவு அவர் வேர்த்து நடுங்கிக்கொண்டிருந்தார். மீண்டும் மீண்டும் அவரது கண் அறிகுறிக்காக அலைபாய்ந்தவாறு தாயத்து அணிந்தவனை நோக்கியது. அவன் மத்திய வயதுக்காரனா? அல்லது அதற்கும் கொஞ்சம் சின்னவனா? முகத்தில் முளைத்திருந்த தாடியில் அங்கொன்றும் இங்கொன்றும் வெள்ளை முடி. அவ்வளவே. நாடகத்தில் ராமன், கிருஷ்ணன் வேடத்திற்குப் பொருத்தமான குணாதிசயங்களைக் காட்டும் முகம். வாடிய முகம். ஆனால் களையான முகம். அவனது நீண்ட மூக்கு, அகன்ற கண்களின் நிறம், அந்த அலட்சியமான கண்களின் கவர்ச்சி அனைத்தும் சரோஜாவினுடையதே என்று எண்ணி சாஸ்திரிகள் தீவிரமாகப் பெருமூச்சுவிடத் தொடங்கினார். தன் உணர்வுகளை அப்போது வெளியே சொல்ல முடியாமல் அவர் திக்பிரமை அடைந்திருந்தார். பின் வந்த தினங்களில், தான் துர்ச்சகுனங்களை எதிர்கொண்ட தருணங்களில், தனக்குள் ஒரு பாச உணர்வு பொங்கிய அந்தக் கணத்தை நினைத்துப் பார்த்து சாஸ்திரிகள் தைரியமடைந்தார்.

முளைவிட்ட பாசிப் பயறை வாயில் போட்டு மென்றபடி உட்கார்ந்திருந்த அவன், உடம்பின் மேல் விழுந்த வெயிலையும் மழையையும் சுவீகரித்தபடி எதையும் பொருட்படுத்தாத பசுவின் கன்றைப் போலத் தெரிந்தான். அவன் கிண்ணம் காலியாகியிருக்க வேண்டும். அவன் கண்கள் தன் கிண்ணத்தின் பக்கம் பாய்ந்ததை சாஸ்திரிகளால் பொறுத்துக்கொள்ள முடியவில்லை. தனக்குள் கருணை பொங்கி வியப்படைந்திருந்தார். தன் கிண்ணத்தின் மூடியைத் திறந்து, இடது கையை ஊன்றிச் சீட்டில் சாய்ந்து, அவனுக்குப் பக்கத்தில் அதை நகர்த்தினார். 'எடுத்துக்கொள்' என்று சொல்ல நினைத்தாலும் 'எடுத்துக்கொள்ளுங்கள்' என்று சொன்னார்.

அவனுக்குக் கன்னடம் தெரியாது என்பது அவன் கேள்வி கேட்கும் விதமாகத் தன் பக்கம் பார்த்ததிலிருந்து சாஸ்திரிகளின் மனத்தில் பட்டது. அப்படியானால் அவன் யாரோ வேற்று ஆள் என்று அவருக்குச் சமாதானம் உண்டாயிற்று. சுமார் நாற்பது நாற்பத்தைந்து

வருடங்களுக்கு முன்பு பம்பாயில் அலைந்து திரிந்தபோது தன் ஒழுக்கங்கெட்டதனத்தால் கற்ற கரடுமுரடான இந்தி அவர் நினைவுக்கு வந்தது. ஐயப்ப பக்தனைப் போலக் காணப்பட்டவனுடன் அந்த மொழியில் பேசத் தயங்கினார். அவருக்கு இன்னோர் ஆச்சரியம் காத்திருந்தது.

பக்கத்தில் நகர்த்தப்பட்ட கிண்ணத்திலிருந்ததைப் பார்த்து அவன் தன் தாடியை விரல்களால் கோதிக்கொண்டே நிலைகொள்ளாதவனாகக் காணப்பட்டான். சாஸ்திரிகள் அருகில் வைத்தது அவனுக்கு நிதானமாக அடையாளம் தெரிந்திருக்க வேண்டும். 'இ டி த் த அ வ ல்' என்றான் சிறிது நடுங்கும் குரலில்.

குகைக்குள்ளிருந்து வந்ததைப் போலிருந்த ஒலியால் சாஸ்திரிகள் மெய்சிலிர்த்துப்போனார். பேச்சைத் தொடங்குபவருக்குள்ள பரிச்சயமற்ற தன்மையுடன் அவரே சொன்னார், 'அப்படியானால் இது என்னவென்று உங்களுக்குத் தெரியும். இடித்த அவல் தெரியும் என்றால் ஒன்று நீங்கள் கர்நாடகாவைச் சேர்ந்தவர், அல்லது என்னைப் போல யாரோ கன்னடப் பகுதியைச் சேர்ந்தவர் உங்களுக்கு முன்னெப்போதாவது பரிச்சயமாகியிருக்க வேண்டும். நான் ஹரிகதை பாகவதம் செய்யும்போது சொல்வது இதுதான்: குசேலன் கன்னடப் பகுதிக்காரன். அவன் தன் பால்ய சிநேகிதனுக்குக் கொடுத்தது வெறும் அவல் அல்ல – இடித்த அவல்.'

தன் பெருமைக்குரிய சரளமான பாஷைக்குத் திரும்பி நிம்மதியுடையவராகக் காட்சியளிப்பது சாஸ்திரிகளுக்குச் சாத்தியமானாலும், அது தனக்குள்ளிருந்த வேதனைக்குப் பொருத்தமான பேச்சல்ல என்ற கவலையும் அவருக்கு எழுந்தது.

எதுவும் புரியாதவனாக அவன் வினயத்துடன் கையெடுத்து வணங்கித் தன்பாட்டுக்குத் தன்னை விட்டுவிடுங்கள் என்பதைப் போலத் தனக்குள் ஆழ்ந்த கண்களால் சாஸ்திரிகளை வேண்டினான். அந்தக் கண்கள் மீண்டும் வெளியில் தெரியாதவாறு சாஸ்திரிகளைப் பாதிக்கும்படி அவன் 'அச்சா' என்று இடித்த அவலின் பக்கம் கை நீட்டினான். சாஸ்திரிகள் கரிசனத்தோடு தன் கையில் கொட்டியதை அவன் வாயில் போட்டுக்கொண்டான். அதன் சுவையால் எதையோ யோசிப்பதைப் போல அவன் கண்களை மூடிக்கொண்டதைக் கண்டு சாஸ்திரிகளுக்குப் பயமும் பரவசமும் உண்டாயின.

அதற்குள் தன் அசைவ உணவை உண்டு கீழே இறங்கியவன் 'உங்கள் பெயரைத் தெரிந்துகொள்ளலாமா?' என்றான் இடித்த அவலை நிதானமாக மென்றுகொண்டிருந்த ஐயப்ப பக்தனிடம். விரதமிருந்தவன் அந்தக் கேள்வியைக் கவனிக்கவில்லை. ஆனால், நிதானமாகத் தனக்காக மட்டும் திறந்த அவனது கண்களில் நீரைப் பார்த்த சாஸ்திரிகள் கலவரமடைந்து 'காரமா?' என்றார். இந்தியிலும் அதே கேள்வியைக் கேட்டார். அவன் முதல் முறையாகப் புன்னகைத்து இல்லையென்று தலையாட்டினான்.

பெட்டியிலிருந்து வெளியே சென்று கைகழுவி வந்தவன் தன் ஜீன்ஸ் ஜேபியிலிருந்து கைக்குட்டையை எடுத்துக் கைதுடைத்துக் கொண்டே மீண்டும் ஒருமுறை அதே கேள்வியை மேலும் வினய மாகக் கேட்டான், 'உங்கள் பெயரைத் தெரிந்துகொள்ளலாமா?' அவன் கண்ணைத் துடைத்துக்கொண்டு, தன் துணியை விரலால் சுட்டிக்காட்டி, 'சுவாமி, என் பெயரைத் தொலைத்துவிட்டிருக்கிறேன்' என்றான் உணர்ச்சியற்று. ஆனாலும் ஜீன்ஸ் அணிந்தவன் தன் உற்சாகத்தை இழக்கவில்லை.

'இந்த உடையில் உங்களை எனக்கு அடையாளம் தெரியாது என்று நினைத்தீர்களா? நீங்கள் தினகர். டிவியால் நீங்கள் தேசம் முழுக்கப் பிரபலம். என் தம்பிக்கு நீங்கள் பெரிய ஹீரோ. நீங்கள் ஆசியாக் கண்டத்தின் எல்லாத் தலைவர்களையும் இண்டர்வியூ செய்ததைப் பார்க்காதவரே இல்லை. நீங்கள் கடவுள் கிடவுளை யெல்லாம் கும்பிடுகிறவரல்ல என்று நினைத்து இவ்வளவு நேரம் சந்தேகத்துடனேயே உங்களைப் பார்த்துக்கொண்டிருந்தேன். அமிதாப்பச்சன்கூட ஐயப்பனைத் தரிசனம் செய்ததாகக் கேள்விப் பட்டேன். இன்ட்ரஸ்ட்டிங். மெட்ராஸில் நீங்கள் ரயிலில் ஏறிய போதே யாரோ அறிமுகமானவரைப் போலத் தெரிகிறாரே என்று யோசித்தபடியே இருந்தேன். மெட்ராஸின் சுற்றுமுற்றிலுமுள்ள கோவில்களை நீங்கள் தரிசித்துவிட்டு வந்திருக்க வேண்டும். டெல்லியிலிருந்து பயணம் செய்துகொண்டிருக்க வேண்டும். டிவி யிலும் உங்களைப் பார்த்து ஒரு மாதத்துக்கு மேலாயிற்று. உங்களை உற்றுப் பார்ப்பது நாகரிகமல்ல என்று இவ்வளவு நேரம் சும்மாயிருந் தேன். மன்னியுங்கள். நான் ஒரு டிசைனர். துணி ஏற்றுமதி செய் பவன். பம்பாய்க்காரன். மெட்ராஸுக்குத் துணி வாங்க வந்திருந் தேன்' என்று கை நீட்டினான். தான் அடையாளம் கண்டுகொண்ட மகிழ்ச்சியிலிருந்த ஜீன்ஸ் அணிந்தவன் ஐயப்ப விரதக்காரன் கைகுலுக்கவில்லை என உற்சாகம் இழக்கவில்லை. அழகான சர்ட் அணிந்து மழமழப்பாகச் சவரம் செய்துகொண்டிருந்த சிரித்த முகத் தவன் தன் டிவி ஹீரோவுடன் பேச்சைத் தொடர்ந்தான்: 'என் மகள் எம்பிபிஎஸ் படித்துக்கொண்டிருக்கிறாள். அவளுக்காக உங்கள் ஆட்டோகிராஃப் வேண்டும். பெங்களூரில் இறங்கிவிடமாட்டீர் களே? உங்கள் ஆட்டோகிராஃபை அதற்குப் பிறகு வாங்கிக்கொள்கிறேன்.' ஆட்டோகிராஃப் கிடைப்பது உறுதியென்று எதிர் சீட்டில் அமர்ந்து இங்கிலீஷ் பத்திரிகையொன்றை எடுத்துப் படிக்கத் தொடங்கினான்.

கிண்ணத்தை முன்னால் பிடித்துக்கொண்டு இன்னும் ஏதேனும் அறிகுறி கிடைக்கக் காத்திருந்தவரைப் போல சாஸ்திரிகள் கண் இமைக்காமல் அவன் பக்கம் பார்த்தபடியே இருந்தார். அவன் ஐயப்ப விரதமிருந்ததால் குறைந்தபட்சம் 'சுவாமி' என்னும் பெயர் கொண்டவனென்றும் டிவியில் அவன் பிரபலமானவனென்றும் அவர் அறைகுறையாக அர்த்தம் செய்துகொண்டிருந்தார். இடித்த அவலை அவன் விருப்பத்துடன் பார்த்துக்கொண்டு இருந்ததில்

அவருக்கு ஆறுதலாயிருந்தது. இன்னொரு கிண்ணத்திலிருந்து தயிரை எடுத்துக்கொடுத்து, 'கைகால் கழுவிக்கொண்டு வந்து இதைச் சாப் பிடுங்கள்' என்றார்.

சாஸ்திரிகளின் பேச்சு சுவாமிக்குப் புரியாமலிருந்தாலும் அதன் சாராம்சம் தெளிவானதைப் போலத் தோன்றியது. எழுந்து பெட்டி யின் கதவைத் திறந்து வெளியே போனான். தன்னுள்ளே ஆவேசம் கொண்டது துர்த்தேவதையல்ல என்று சமாதானமடைந்து கழுத்தி லிருந்த ருத்திராட்ச மாலையை எடுத்துத் தானும் அப்போது ஜபிக்கத் தொடங்க வேண்டும் என்று சாஸ்திரிகள் நினைத்தார்.

பெட்டியில் அமர்ந்திருந்த இன்னொருவன் சாப்பாட்டை முடித்து விட்டு வெற்றிலையில் சுண்ணாம்பைத் தடவிக்கொண்டே சாஸ்திரி களிடம் பேசத் தொடங்கினான்.

'நீங்கள் பிரபல பாகவதர் விஸ்வநாத சாஸ்திரிகளென்று எனக்குத் தெரியும். நானும் உங்கள் பக்கத்தவனே. எங்கள் பாட்டன் காலத்தில் பாக்குத் தோப்பை இழந்து ஊரைவிட்டுப் போனோம். எம்டன் கப்பல் கதையை நீங்கள் கேட்டிருக்கலாம். நாங்கள் வேலையில்லா மல் வியாபாரத்தில் இறங்கியது அதனால்தான் ... மலைநாட்டில் பாக்கு வாங்கி விற்பது என் தொழில். நீங்கள் ஷிவள்ளி ஸ்மார்த்த ரென்றால் நான் மாத்வன். நீங்கள் ஹரிகதை சொல்வதைக் கேட்டிருக்கிறேன். ஸ்ரீகிருஷ்ண பரமாத்மாவைக் கண் முன்னே கொண்டுவந்து நிறுத்துவதுபோல நீங்கள் பாடி வர்ணிக்கிறீர்கள். உங்களைச் சந்தித்தது என் புண்ணியம்' என்று வெற்றிலைப் பாக்குப் பையைச் சாஸ்திரிகளின் பக்கம் நகர்த்தினான்.

ஜபமணிகளைப் பிடித்துக்கொண்டே கண் திறந்த சாஸ்திரிகள், 'நான் இன்னும் பலகாரம் சாப்பிடவில்லை' என்றார்.

'உங்கள் பலகாரத்தைத்தான் அவருக்குக் கொடுத்துவிட்டீர்களே. உங்களுக்கு என்ன மிச்சமிருக்கப்போகிறது! அடுத்த ஸ்டேஷனில் இட்லி கிடைக்கும். வாங்கிவரட்டுமா?'

'நான் ஹோட்டலில் சாப்பிடுவதில்லை. பிரயாணம் செய்யும் போது கொஞ்சம் அவல், தயிர் சாப்பிடுவேன். அவ்வளவே. அவ ருக்குக் கொடுத்ததுபோக எனக்கும் மிச்சமிருக்கும். உங்கள் உப காரத்துக்கு நன்றி. உங்கள் திருநாமத்தைத் தெரிந்துகொள்ளலாமா?' என்றார். தன் பாஷைக்குத் திரும்புவது சாத்தியமானதில் சாஸ்திரி கள் மகிழ்ச்சியடைந்ததைப் போலிருந்தது.

. 2 .

தட்டில் போட்டுக் கொடுத்த இடித்த அவலையும் தயிரையும் சுவாமி உருவத்திலிருந்தவன் நெடுநாள் பசியோடிருந்தவனைப் போலச் சாப்பிடுவதை சாஸ்திரிகள் தனக்குப் புரியாத வேதனை யோடு பார்த்தவாறு உட்கார்ந்திருந்தார் என்பது அவர் பலவீன மடைந்த தருணங்களில் தைரியமளிக்கும் நினைவு. ஏதோவொரு மூடிய கதவு திறந்தது. திகிலுண்டாகத் தொடங்கியது. அவர் வாழைப் பழத்துக்காக மடிமூட்டையில் தேடியபோது சாட்சாத் சுவாமி போலவே தோன்றிய அவன் தன் பையிலிருந்து ஆப்பிளையும் வாழைப்பழத்தையும் தித்திப்பான திராட்சையையும் இடது கையால் எடுத்துச் சீட்டின் மேல் வைத்து, தன் வலது கையால் எடுத்துக்கொள் ளுங்கள் எனப் பழத்தைக் காட்டினான். அவன் நல்ல ஆசாரமான குடும்பத்தைச் சேர்ந்தவனாயிருக்க வேண்டும். இந்தியில் அவன் பேசிய பேச்சுக்கு அதே பாவனையில் அவர் பதிலளித்தது எதுவும் அவனுக்குப் புரியாமல்போகவே சாஸ்திரிகள் தன்னுடைய பூர்வ ஜென்ம பம்பாய் இந்தியில் கேட்டார், 'வயிறு நிறைந்ததா சுவாமி?'

'மூத்தவரான நீங்கள் என்னைத் தினகர் என்று அழைக்கலாம்.'

சிறிது நேரம் கழித்து, மிகவும் மென்மையாக, தன்னுடைய பூர்வ ஜென்ம புண்ணியம் என்பதைப் போல, நரகத்தைப் பற்றிய தன் கவலை நீங்கியதுபோலச் சொன்னான், 'வேண்டாம், வேண்டாம். உங்கள் இடித்த அவலால் என் அம்மா என்னை அழைத்த பெயர் நினைவுக்கு வந்துவிட்டது. புட்டாணி. புட்டாணி என்றால் என்ன? அந்தப் பெயருக்கு நான் தக்கவனென்று தோன்றினால், அப்படியே அழையுங்கள்.'

அதைக் கேட்ட நவீனமான ஜீன்ஸ் அணிந்தவன் தான் படித்துக் கொண்டிருந்த இந்தியா டுடேயை மூடிச் சிரித்தான்.

'அச்சா, அப்படியானால் என் ஊகம் சரிதான்' என்று படிப் பதைத் தொடர்ந்தான் – இம்முறை இந்தியில் பேசி.

* * *

தினகர் நிதானமாக சாஸ்திரிகளுக்குப் புரியும்படி எளிமையான இந்தியில் சொல்லத் தொடங்கினான்:

'என்னுடைய அம்மா கன்னடராாக இருக்கவேண்டுமென்று கேள்விப்பட்டிருக்கிறேன். எனக்கு ஐந்து வயதாயிருந்தபோது அவர் ஹரித்துவாரில் கங்கையில் மூழ்கி இறந்தார். எனக்கு மிகவும் விருப்பமென்று இடித்த அவலை அவர் தின்னக் கொடுத்தாரென்று பல வருடங்களுக்குப் பிறகு இன்னோர் அம்மா நினைவுபடுத்தியது இப்பொழுது உங்கள் உபகாரத்தால் என் ஞாபகத்துக்கு வந்தது. என் அப்பா யாரென்று எனக்குத் தெரியாது. நான் முதலில் அவரை இழந்திருக்கலாம். அதற்குப் பிறகு அம்மாவை இழந்தேன். ஒன்றிரண்டு மாதங்களாக என் பெயரை இழப்பதற்காக முயற்சி செய்துகொண்டிருக்கிறேன்.'

'அச்சா' என்று அவன் சந்தோஷமாகச் சிரித்தான். எவ்வளவு சரளமாக அவன் பேசத் தொடங்கியிருந்தான்! அவன் பேச்சு திடீரெனப் பெய்த கருணையைப் போலிருந்தது. 'உங்கள் உபகாரத்துக்காக மீண்டும் என் பெயருக்குத் திரும்புகிறேன். உங்களுக்கு விருப்பமென்றால், என் அம்மா அழைத்த பெயருக்கும்.'

இம்முறை தன்னையே கேலி செய்துகொள்பவனைப் போல டிவியில் பிரபலமான தன் பாணியில் சொல்லிக் கம்பீரமாகத் தொடர்ந்தான், 'அச்சா, நீங்கள் எனக்கு ஓர் உதவி செய்ய வேண்டும். இருபத்தைந்து வருடங்களுக்கு முன்னால் மங்களூர்க்காரர் ஒருவர் எனக்கு ஹரித்துவாரில் பரிச்சயமானார். இப்பொழுது அவர் பிரபலமான அட்வகேட் என்று கேள்விப்பட்டேன். அவர் ஒரு மாத காலம் எனக்கு மிக நெருக்கமானவராயிருந்தார். அதற்குக் காரணம் அவருடைய அம்மா சீதம்மா. எனக்கு அம்மா என்று தோன்றியது அவர் ஒருவர்தான். அவர் உயிரோடிருந்தால் அவரைப் பார்க்க வேண்டும்' என்று தினகர் தன் பையிலிருந்து ஒரு பழைய அட்ரஸ் புத்தகத்தை எடுத்து 'நாராயண தந்திரி' என்பவரது முகவரியைக் காட்டினான். சாஸ்திரிகளுக்குத் தன் வாழ்வு மாறிவிடுவதற்கான அறிகுறி உறுதிப்பட்டு, வேதனையுண்டாகி, ஆனால் அவனைப் போலவே தன்னுடைய இயல்புத் தன்மைக்குத் திரும்பிச் சொன்னார்:

'ஐயோ அவர் எனக்கு வேண்டியவர். அவர் வீட்டில் ஒரு நாள் தங்கிவிட்டே என்னுடைய ஊருக்குப் போவேன். அவருடைய அம்மா இன்னும் இருக்கிறார். அவர் வீட்டுக்குப் போகும்போதெல்லாம் நான் அவருடைய அம்மாவுக்குப் புராணம் படித்துக்காட்ட வேண்டும். அதே புராணத்தை எத்தனையோ முறை இந்தப் பத்துப் பதினைந்து வருடங்களாக அவருக்குப் படித்துக்காட்டியிருக்கிறேன். உங்களை நானே கையோடு அழைத்துப்போகிறேன். இந்த ரயில் பெங்களூருக்கு மாலையில் போய்ச் சேரும். இரவு மங்களூருக்கு லக்ஸுரி பஸ் இருக்கிறது.' சாஸ்திரிகள் அளவுக்கதிகமாகவே பேசிவிட்டார்.

அவ்வளவு பரிசுத்தமாகப் பேசத் தான் அந்த மொழியைக் கையாண்டது சாஸ்திரிகளின் ஞாபகத்துக்கு வந்தது. சர்ட், பைஜாமா அணிந்துகொண்டு, குடுமியை மறைக்கத் தலையில் கறுப்புத் தொப்பியணிந்து, நெற்றியில் விபூதியில்லாமல் அவர் பம்பாய் வீதி களில் சுமார் அரை நூற்றாண்டுக்கு முன்னால் பிசாசைப் போல அலைந்து பரிச்சயப்படுத்திக்கொண்ட மொழி அது. அதனால் அப்படிப் பேசியது தானல்ல, தனக்குள் புகுந்த துர்த்தேவதை எனத் தோன்றியது. ஆனால் அவரது முகம் பொருள் பொதிந்த எதிர்பார்ப் பில் அவனைப் பார்த்தது. ஏதேதோ சொல்லிவிட்டார். 'புட்டாணி என்றால் செல்ல மகன். எனக்கு இப்போது பிள்ளைகளில்லை. இருந்த ஒரு பெண்ணும் இரண்டு வருடங்களுக்கு முன்பு வீட்டை விட்டுப் போய்விட்டாள். எல்லாம் என் தலையெழுத்து. நீங்கள் எனக்கு மகனாக இருந்திருக்கலாம்.'

அவர் அப்படிப் பேசியதற்கு அவன் இயல்பான சௌஜன்யத் துடன் பதிலளித்தான். 'தாடி வைத்த என்னைப் போன்ற தடியனை அப்படிக் கூப்பிடுவது சரியென்றால், நான் உங்களை எப்படி அழைக்கட்டும்? சித்தப்பாவா பெரியப்பாவா மாமாவா?'

தான் அந்தப் பேச்சைக் கேட்டு ஆவிக்குச் சமமாகிவிட்டதாக முதியவரான அவருக்குத் தோன்றியது. ஆனால் அவன் எவ்வளவு ஆனந்தம் அடைந்திருந்தானென்றால், ஆட்டோகிராஃப் புத்தகத்தைத் தன் பிரீஃப்கேசிலிருந்து எடுத்து நீட்டிய ஜீன்ஸ் அணிந்தவனுக்கு மகிழ்ச்சியோடு இந்தியில் இப்படி எழுதியிருந்தான்:

'டிவி தினகர் அல்ல. அவனிடமிருந்து கழன்று பெங்களூருக்குப் போய்க்கொண்டிருக்கும் அறியப்படாத ஒரு புட்டாணி.'

அதோடு, வெறித்துப் பார்த்துக்கொண்டிருந்த சாஸ்திரிகளின் பக்கம் திரும்பிப் புட்டாணியைப் போலவே செல்லமாகச் சொன் னான், 'சித்தப்பா, உங்கள் கொச்சை இந்தி நன்றாகவே இருக்கிறது. ஆனால் என்னை மரியாதையுடன் பன்மையில் அழைக்காதீர்கள்.'

சாஸ்திரிகள் தன் கழுத்திலிருந்த தாயத்தைப் பார்ப்பதைக் கவனித்து முன்பின் தெரியாத அவன் மேற்கொண்டு பேசிய பேச்சு அவரை இன்னும் அதிகமாகப் பயமுறுத்தியது.

'பாருங்கள் சித்தப்பா, இந்தத் தாயத்து என் அம்மா கங்கையில் இறங்குவதற்கு முன் என் கழுத்தில் போட்டது. தண்ணீருக்குள் இறங் கியவர் திரும்ப வரவில்லை. நீங்கள் கொடுத்த தின்பண்டத்தால் இப்பொழுது எல்லாம் நினைவுக்கு வருகிறது. நாற்பது வருடங்களாக இந்தத் தாயத்து என் கழுத்திலேயே மாத்ரு ரக்ஷையாக இருக்கிறது.'

சாஸ்திரிகள் அந்தப் பேச்சைக் கேட்டு 'சிவ சிவா என்னைக் காப்பாற்று' என்று ஜபமணியைப் பிடித்துக்கொண்டு கண்மூடிப் பிரார்த்தனை செய்தார்.

. 3 .

சாஸ்திரிகள் பேய் அடித்ததுபோல வாயடைத்துப்போயிருந்தார். புராணம் படிப்பதனால் தனக்குப் பழக்கமான, கேட்பவர்களை மகிழ்விக்கும் மொழியிலோ பூர்வஜென்மம் போன்ற தன் பம்பாய் வாசத்தால் வந்த மொழியிலோ அவர் பயத்துடன் எண்ணியதை வெளியே சொல்ல முடியாதவரானார்.

கார் அமர்த்திக்கொண்டு மங்களூர் போகலாமென்று தினகர் வற்புறுத்தினான். 'ஐயப்ப விரதம் பூண்டிருந்தாலும் என்னிடம் கிரெடிட் கார்ட் இருக்கிறது. இதோ பாருங்கள் சித்தப்பா.'

'ஐயோ, அது செலவைப் பற்றிய பிரச்சினையல்ல. இரவில் மலைப்பாதையில் பிரயாணம் செய்வது நல்லதல்ல. என்னிடமும் நிறையப் பணம் இருக்கிறது. பாக்கு விளைச்சலில் வருடத்துக்கு ஐந்து லட்சத்துக்குக் குறையாமல் கிடைக்கிறது. எனக்கென்ன பிள்ளையா குட்டியா – என்ன செலவிருக்கிறது? புராணம், உபன் யாசமென்று இப்படி அலைவது பாவம் தொலைவதற்காக நான் சேர்த்துக்கொண்ட பழக்கம்.'

இத்தனை வார்த்தைகளையும் கஷ்டப்பட்டு வெளியே சொல்லும் போது அவனைப் 'புட்டாணி' என்றே கொஞ்ச வேண்டுமென அவருக்குத் தோன்றினாலும் தொண்டை அடைத்துக்கொண்டது. அவன் அந்த வேசிமகனான பண்டிதனுடைய மகனாயிருந்தால்?

ஸ்டேஷனிலிருந்து டாக்சி அமர்த்திக்கொண்டு குறுகலான வீதி களில் சுற்றி வளைந்து ஏறி இறங்கி அட்வகேட் நாராயண தந்திரி யின் பங்களாவுக்கு எதிரில் இறங்கினார்கள். வீடுகளுக்கு வேய்ந்த ஓடுகளின் அதே வண்ணத்தின் பல சாயல்கள், பழங்காலத்து வீடு களின் முன்வாசல்கள், வளைந்து சரியும் வீதிகள் – இவை டெல்லி யில் கண்ணையும் காதையும் பாழாக்கிக்கொண்ட தினகருக்கு மகிழ்ச்சியைக் கொடுத்தன.

'நான் யாரென்று சொல்லாதீர்கள் சித்தப்பா. இந்த இருபத்தைந்து வருடங்களுக்குப் பிறகும் அம்மாவுக்கு என்னை அடையாளம் தெரிகிறதா பார்க்கலாம், அதுவும் என்னுடைய இந்த வேடத்தில். அவருக்கு அடையாளம் தெரிந்தால் இன்னமும் தினகர் தன் பெயரை இழக்கவில்லை என்றே ஆகும்.'

தினகர் மனம் இளகிப்போயிருந்தான். தன் கைப்பையைத் தோளில் தொங்கவிட்டுக்கொண்டு அனாயாசமாகக் கேட்டைத் திறந்து உள்ளே பார்த்தான். வரிசையாகப் பசுமையான மரங்களையும் மா மரங்களையும் தென்னை மரங்களையும் அடர்த்தியாகப் பெற்று, கண்ணுக்குத் தெரிந்தும் தெரியாமலும் கண்ணாமூச்சி ஆடிய பழங்காலப் பங்களாவைச் சுமார் இரண்டு ஏக்கர் தோட்டத்தின் டிரைவ் – வேயில் சுற்றி வளைத்து நடந்துதான் அடையவேண்டும்.

ஜபமணிகளை எண்ணியபடி சாஸ்திரிகள் பின் தொடர்ந்தார்.

வீட்டின் முன்னாலிருந்த முற்றத்தில் வெள்ளைக் கூந்தலை ஒழுங் காக வாரி முடிந்திருந்த முதியவளொருத்தி நின்றிருந்தாள். வருகிற வர்களைப் பார்க்க வேண்டுமென்ற ஆர்வத்தில் உயர்த்திய சுருக்கம் விழுந்த முகத்தில், வீட்டின் எதிரில் நட்டிருந்த கம்பத்திலிருந்த லாந்தர் விளக்கின் வெளிச்சம் விழுந்து அவளது கண்கள் ஒளிர்ந்தன. ஒல்லியான உடல்வாகு கொண்டவர்களுக்கு வயதாவது தெரிவ தில்லை என்கிறார்கள். ஹரித்துவாரில் பார்த்ததுபோலவே சீதம்மா லட்சணமாகத் தெரிந்தார். இன்னும் கொஞ்சம் சுருங்கி, நரைத்திருந் ததைத் தவிர வேறு மாற்றம் இல்லை. அவர் உடுத்தியிருந்த சுத்த மான வெள்ளைப் புடவை, உலரட்டுமென்று முனையில் முடிச் சிட்ட கூந்தல் முதலியவற்றைப் பார்க்க அவர் குளித்து முடித்திருந் ததைப் போலத் தோன்றினார்.

சீதம்மா ஏன் முற்றத்தில் நின்றிருந்தாரென்பது அவர் கையில் பிடித்திருந்த கோலமாவுக் கிண்ணத்தால் தெளிவாயிற்று. அந்தக் கறுப்புக் கல் கிண்ணமும் ஹரித்துவாரில் வாங்கியதாக இருக்க வேண்டும். ஹரித்துவாரில் தினகரின் வளர்ப்புத் தந்தை கட்டிய சத்திரத்தில் தங்குவதற்கென்று எல்லா யாத்திரிகர்களையும்போல யாரோ அன்னியர்களாக வந்தவர்கள், சீதம்மாவின் தெய்வீகமான முக லட்சணத்தின் தேஜஸால் ஒன்றிரண்டு நாள்களிலேயே அவன் வளர்ப்புத் தந்தைக்கு வேண்டப்பட்டவர்களாகி, அவருடைய வீட்டி லேயே தங்கினார்கள். சீதம்மா விடியற்காலையிலேயே எழுந்து வீட்டின் முற்றத்தைப் பெருக்கி, மெழுகி, கங்கையில் குளித்துவிட்டு, ஈரக்கூந்தலை முதுகில் பரப்பிக்கொண்டு முற்றத்தில் கவனமாக மிக அழகாகத் தினத்துக்கு ஒருவிதக் கோலத்தைப் போட்டதில் திரிபாதியின் பழங்கால வீட்டுக்கு லக்ஷ்மி களை வந்தது. சீதம்மா தன் கையாலேயே சமைத்துச் சாப்பிடும் விரதம் பூண்டிருந்ததால், கோலம் போட்ட பின் தானே சமையலறைக்குள் நுழைந்து, அவல் உப்புமாவோ கேசரியோ இட்டிலியோ தயாரித்து வீட்டிலிருந்தவர்

களுக்கெல்லாம் தினமும் புதுப்புதுப் பலகாரங்களைப் பரிமாறி அனைவருக்கும் அன்பான அம்மாவாகிவிட்டிருந்தார்.

அப்போது சீதம்மா நாற்பத்தைந்து வயது விதவை. திரிபாதிக்கு அப்போதே எழுபத்தைந்து வயது. பரம்பரைப் பணக்காரர். மகா தர்மவான். சீதம்மாவை வாத்சல்யத்துடன் 'தங்கை' என்றழைப்பார்.

'தங்கையே நாங்களும் பிராமணர்கள்தான். வெங்காயம்கூடச் சாப்பிடுவதில்லை. நாங்கள் சமைப்பதை நீங்கள் சாப்பிடலாம்.'

அவர் இந்தியில் பேசியது சீதம்மாவுக்குப் புரியவில்லை. சீதம்மாவின் மகன் நாராயண தந்திரிக்குப் பள்ளியில் இந்தி பிரச்சாரசபையின் ஊக்கத்தினால் மட்டுமல்லாது, அவன் சின்ன வயசில் கலந்துகொண்ட பேச்சுப் போட்டிகளின் பயனாகவும் கொஞ்சம் இந்தி பேச வந்தது. ஹரித்துவாரில் அவனுக்கு நிரந்தர மொழிபெயர்ப்பாளன் வேலை.

தினகர் சீதம்மாவின் எதிரில் போய் நின்றான். 'அம்மா' என்றான். முன்பு சாஸ்திரிகள் செய்ததைப் போலவே, சீதம்மா கண்ணை இடுக்கி அவன் கழுத்திலிருந்த தாயத்தைப் பார்த்தார். பிறகு, அவனை நேருக்கு நேர் பார்த்தார். அவர் கண்கள் படிப்படியாகத் தாய்ப் பாசத்தால் ஒளிர்ந்து, முற்காலத்தில் சஞ்சரிக்க, தினகர் தன்னை மீண்டும் சிருஷ்டித்துக்கொள்ளும் ஆதங்கத்திலும் ஏறி இறங்கும் சுகமான வேதனையிலும் பார்த்தபடி நின்றிருந்தான். 'ஐயோ, நீ தினகரல்லவா?' என்றார் சீதம்மா. அவர் மடியாக இருந்ததால் அந்தக் கணமே அவனைக் கட்டிக்கொள்ளவில்லை. அவ்வளவுதான். ஆனால், அவரது கண்கள் தாயின் ஸ்பரிசத்தின் இன்பத்தையெல்லாம் கொட்டின. அப்படி ஒரு கணம் கழிந்தது. அவ்வளவே.

சீதம்மா சாஸ்திரிகளின் பக்கம் திரும்பி, 'சாஸ்திரிகளே, மறுபடியும் குளித்துவிட்டு உங்களுக்குப் பலகாரம் செய்தால் போதும் இல்லையா?' என்று சொல்லிவிட்டு அருகில் வந்து தினகரைப் பிடித்துக்கொண்டார். அத்தனை வருடங்களாக ஏன் தன்னை வந்து பார்க்கவில்லை என்று கேட்கவில்லை. 'நாகவேணி, காபி கொண்டு வா' என்று உரக்கச் சொன்னார். சீதம்மா தானே பிரம்பு நாற்காலிகளை முற்றத்துக்கு எடுத்துவரச் சென்றதைக் கண்ட தினகர் உடனே சொன்னான், 'அம்மா கோலம் போடுங்கள். நான் பார்க்க வேண்டும்.' சீதம்மாவுக்குப் புரியாவிட்டாலும், அவன் சொன்னதை ஊகித்ததுபோல இருந்தது. 'உனக்குப் பிடிக்குமில்லையா? உட்கார்ந்துகொள். ஹரித்துவாரில் உனக்குப் பிடித்தமான கோலத்தையே இங்கும் போடுகிறேன். காபி சாப்பிட்டபடியே பார்க்கலாம். சாஸ்திரிகளே, நீங்கள் உள்ளே போய்க் குளியுங்கள். தேவையானால் வெந்நீர் கூட இருக்கிறது' என்று சொல்லித் தனக்குள்ளேயே சிரித்துக் கொண்டு சீதம்மா கோலம் போட உட்கார்ந்தார். சாஸ்திரிகள் தன் கொச்சை இந்தியில் தினகரிடம் சொல்லிவிட்டுக் குளியல றைக்குச் சென்றார்.

கட்டை விரலாலும் ஆள்காட்டி விரலாலும் கோலமாவைப் பிடித்து, அதை விரலில் தேய்த்து அழுத்தி, கோட்டுக்குத் தேவையான அளவே அதை இட்டு, மெழுகிய முற்றத்தின் நட்ட நடுவில் கண நேரத்தில், இரண்டு முக்கோணங்களை ஒன்றுக்குள் ஒன்றாக எழச்செய்தார். ஒன்றில் கடவுளின் கிருபை மேலிருந்து பூமிக்கு இறங்கினால், மற்றொன்றில் ஜீவாத்மாவின் வேட்கை கீழிருந்து மேலெழுந்தது. இரண்டும் சீதம்மாவின் இடுதலில் ஒன்றுக்கொன்று கச்சிதமாகச் சந்தித்தன.

இருபத்தைந்து வருடங்களுக்கு முன்பு அவன் சுவைமிக்க சூடான காபியை வெள்ளிக்கிண்ணத்தில் கொஞ்சம் கொஞ்சமாக உறிஞ்சிக் குடித்தது சீதம்மாவின் நினைவில் ஆழப்படிந்துவிட்டிருந்தது. தொடர்ந்து ஆயிரமாயிரம் ஆண்டுகளாகக் கோவில் சுவர்களிலும் ஏழைகளின் குடிசை முற்றங்களிலும் செயல்பட்ட ஒன்று அந்தக் காலை வேளையில் சாணியால் மெழுகிய முற்றத்திலும் செயல்படத் தொடங்கியது. எங்கே வேண்டுமோ அங்கே கொடி, கொடிக்கு இலை, இலைக்கு இலை பூ, பாதுகாப்புக்கென்று அங்கும் இங்கும் மூலையில் ஸ்வஸ்திக், அதோடு மயில்கள் – அதோ பிள்ளையார் ... அவருக்கு ஒரு மூஞ்சூறுகூட. எலியை வரைந்துகொண்டே சீதம்மா புன்முறுவலுடன், 'கொஞ்சம் தாறுமாறாகப் போய்விட்டது. இப்போது என் விரல்களுக்குப் பலம் போதாது. கை நடுங்குகிறது. நாளைக்கு இன்னும் நன்றாகப் போடுகிறேன். போதுமா தினகர்? நாளைக்குப் பிள்ளையார் நடுவில் வருவார். உட்கார்ந்திருக்கப் போவதில்லை. நடனமாடுவார்' என்று தனக்குத்தானே சொல்லிக் கொண்டார். தினகருக்குக் கன்னடம் புரியாதென்று அவர் கவலைப் படவில்லை.

• பிறப்பு •

. 4 .

'நாணி தினமும் படுக்கையிலிருந்து எழுவதற்குத் தாமதமாகும். அவனுடைய மகன் கோபால் மட்டும் சீக்கிரம் எழுந்துவிடுவான். நாங்கள் ஹரித்துவாருக்கு வந்தபோது அவன் கைக்குழந்தை. தாயை இழந்த கைக்குழந்தை. குழந்தையைப் பார்த்துக்கொள்வதற்கென்று கங்குபாய் என்ற பெண் எங்களோடிருந்தாள். உனக்கு அவளை நினைவிருக்க வேண்டும். வளையல் போட்டுக்கொள்வதென்றால் அவளுக்கு ஒரே பைத்தியம். வளையலைப் பார்த்த இடத்திலெல்லாம் வாங்கிப் போட்டுக்கொள்ள வேண்டும் அவளுக்கு. அவளை நினைவுபடுத்திக்கொள்ள உனக்கு இது போதும். அவளுக்கும் இப்போது ஒரு மகன் இருக்கிறான். கோபாலைவிட ஒரு வயது சின்னவன். பேர் பிரசாத். அவள் பள்ளிக்கூடம் போய்ப் படித்து இப்போது ஹைஸ்கூலில் மேடம். நாணிதான் அவர்களுக்கு ஒரு வீடு கட்டிக்கொடுத்தான். கங்குபாய்க்கு அவள் தாய்வழி உறவில் திருமணம். அவள் கணவனுக்கு எதுவும் தெரியாது. பசு மாதிரி சாதுப்பிராணி. வீட்டில் மாடு வளர்த்துப் பால் கறக்கிறான். அவர்களுக்குக் கொஞ்சம் வைத்துக்கொண்டு எங்களுக்கும் கொஞ்சம் கொடுத்து மீந்ததை விற்கிறான். ஆச்சா?

'என் பேரனும் சமீபத்தில் ரொம்பக் குதிக்கத் தொடங்கியிருக்கிறான். என் மகன் இங்குள்ள முனிசிபாலிட்டியில் பிரசிடென்டாகிச் சாதித்தது போதாதென்று, இப்போது பேரன் தேசத்தைக் காப்பாற்றும் வேலையில் இறங்கியிருக்கிறான். கோபால் லாயர் என்று அப்பாவோடு பெயருக்குப் போர்டு போட்டுக்கொண்டிருக்கிறான். ஆனால் அவன் எங்கே அப்பா பேச்சைக் கேட்கிறான்? இன்றைக்கு ஒரு கட்சியென்றால் நாளைக்கு ஒரு கட்சி. காலையில் எழுந்ததும் சுப்புலக்ஷ்மியின் சுப்ரபாதத்தைக் கேட்டுக்கொண்டே போன் செய்யத் தொடங்குகிறான். பார்த்துக்கொண்டேயிரு. உன்னைக் கண்டதும் எப்படிப் பறக்கிறானென்று. உன்னை டிவியில் பார்க்கும் போதெல்லாம் பேசிக்கொள்கிறோம். நீ எங்களை மறந்து

விட்டிருக்கலாம் என்று நாணி சொல்கிறான். ஆனால், நான் "அவனை மறுபடியும் பார்க்காமல் சாகமாட்டேன்" என்று சொல்வேன். "நீயே அவனுக்கு எழுதுடா" என்றால் நாணிக்குச் சோம்பேறித்தனம். எத்தனை வருடமாகிவிட்டது. நீ எங்களை மறந்துவிட்டிருக்கலாம். நீ ரொம்பப் பெரிய மனுஷனாகிவிட்டாய் என்று அவனுக்குத் தயக்கம். அதென்ன பெரிய மனுஷனோ நீ?' என்ற சீதம்மா சமையலறை ஸ்டூலின் மேல் அமர்ந்து எதுவும் புரியாமல் அவர் பேச்சைக் கேட்டுக்கொண்டிருந்த தினகரின் கன்னத்தைக் கிள்ள வந்தவர், தான் மடியாக இருப்பது நினைவுக்கு வந்து, சிரித்துக்கொண்டே பின்னுக்கு நகர்ந்து மீண்டும் அடுப்பின் எதிரில் உட்கார்ந்தார். தினகருக்குக் கன்னடம் புரியாதென்பதை முழுவதுமாக மறந்துபோய் அவன் மீது அன்பைச் சொரியும் நினைவில் கடுபு வேகக் காத்திருந்த சீதம்மா பேசிக்கொண்டேபோனார்.

சீதம்மா சமைப்பது உட்கார்ந்தபடிதான். அதுவும் விறகு அடுப்பில். அவரே மண் பிசைந்து கட்டிய கூட்டடுப்பு. தினமும் அதிகாலையில் அந்த அடுப்பைச் சுத்தம் செய்து, சாம்பல் கரைத்த சாணியால் மெழுகி, அதன் மீதும் கோலம் போடுவார். விறகை அடுக்கி அவர் அடுப்பை மூட்டுவதுபோல வேறு யாருக்கும் வராது. அடுப்பின் ஒரு வாயில் நெருப்பு அதிகமாகி, மற்ற இரண்டு வாய்களிலும் கொஞ்சம் கொஞ்சமாகக் குறைந்து, நெருப்பின் வேகத்துக்குத் தக்கபடி பாத்திரத்திலிருந்ததை வேகவைக்கும். சீதம்மா அடுப்பில் அடுக்கிய விறகுகளை அங்கே இங்கே சிறிது சிறிதாக உள்ளே தள்ளியும் வெளியே இழுத்தும் ஒன்றின் மேல் ஒன்றை வைத்துத் தணல் எழ வசதி செய்வதைப் போலச் சிறிதே விறகைச் சேர்த்து, கோலம் போட்டபோது செய்ததைப் போல, அதிலேயே ஆழ்ந்துபோவார். அவர் அடுப்பை மூட்டிய லாவகத்தைக் கண்ட தினகருக்கு ஹரித்துவாரில் தான் அவர்களுடன் கழித்த நாள்களின் நினைவு வந்தது.

திரிபாதியின் வீட்டிலும் சீதம்மா தக்க மண்ணை வரவழைத்து, அடுப்பை நிர்மாணித்துச் சமையல் செய்தார். பத்து நாளைக்கென்று வந்தவர்கள் ஒரு மாதம் தங்கியிருந்தார்கள்.

'என்னவோ சொல்லிக்கொண்டிருந்தேன்' என்ற சீதம்மா மறுபடியும் தினகரிடம் சொல்லத் தொடங்கினார்.

'உன் கழுத்துத் தாயத்தைப் பார்த்ததுமே நீ யாரென்று தெரிந்து விட்டது. நாணிக்கும் உன்னை இந்த வேடத்தில் அடையாளம் தெரிகிறதா பார்க்க வேண்டும். கங்கு அடையாளம் கண்டுகொள்கிறாளா பார்க்கலாம். டிவியில் உன்னைப் பார்த்தவர்கள் எப்படி மறப்பார்கள்? உன் கண்களை எப்படி மறக்க முடியும்? நீ மட்டும் இப்படி விரதமிருக்காமல் இருந்திருந்தால், உனக்குத் திருஷ்டி சுற்றிப் போட்டிருப்பேன்.'

சாஸ்திரிகள் தன் பேச்சைக் கேட்டவாறு சமையலறை வாசலில் நின்றிருந்ததைச் சீதம்மா கவனித்தார். 'என் பைத்தியக்காரத் தனத்தைப்

பார்த்தீர்களா சாஸ்திரிகளே! இந்தப் பிள்ளைக்குக் கன்னடம் புரியாது என்பதை மறந்துவிட்டு இப்படிப் பேசிக் கொண்டே இருக்கிறேன். திரிபாதியின் வீட்டில் வளர்ந்த இந்தப் பிள்ளை அனாதை என்று அறிந்து என் வயிறு பற்றி எரிந்தது பாருங்கள். அவர், பாவம் பெரியவர், இவனைக் கைவிடவில்லை. இவன் தாய் அவர் வீட்டுக்கு நிராதரவாகப் போய் இறங்கியபோது குழந்தைக்கு ஐந்து வயது. ஒரு ட்ரங்க் பெட்டி, கைப்பையில் கொஞ் சம் துணியுடன் நேராக இவனுடைய அம்மா திரிபாதியின் வீட் டிற்குப் போனாளாம். அவள் தென்னாட்டுக்காரி என்பது மட்டும் அவருக்குத் தெரியும். திரிபாதி பெரிய மனத்துக்காரர். அவளிருந்த கோலத்தைக் கண்டு யார் நீ என்ன சமாச்சாரம் என்று எதுவும் கேட்கவில்லை. சமைத்துச் சாப்பிட இடம் தந்தார். வேண்டிய சாமான்களை வாங்கிக்கொடுத்தார். "உன் கணவனைத் தேடிக் கண்டுபிடித்து வரட்டுமா?" என்று ஒரு முறை மட்டும் கேட்டாராம். அவளுக்குக் கொஞ்சம் அரைகுறை இந்தி தெரிந்திருந்ததாம். அவள் பதில் எதுவும் சொல்லாமல் கண்ணில் நீர் தளும்ப நின்றதைக் கண்டு மறுபடியும் அவர் அந்தக் கேள்வியைக் கேட்கவேயில்லை யாம். அவளை எதுவும் கேட்கக்கூடாதென்று வீட்டுப் பெண்களை யும் அதட்டி வைத்திருந்தாராம். ஒரு பெண்ணுக்கு இன்னொரு பெண்ணின் சங்கதியென்றால் ஆர்வமில்லையா?'

சாஸ்திரிகள் முகம் வெளுத்துப்போனதைக் கண்ட சீதம்மா, 'ஏன் சாஸ்திரிகளே? ராத்திரி தூக்கம் வரவில்லையா?' என்று சமை யலறையில் ஒரு மணை போட்டு அவரை உட்காரவைத்தார்.

'அப்படியே சுமார் ஐந்தாறு மாதம் கழிந்ததாம். ஒரு நாள் விடியற் காலை இவன் தாய் எழுந்ததும் நேராகத் திரிபாதி இருந்த இடத் திற்குப் போனாளாம். அப்போது அவர் தன் பூஜையறையில் அமர்ந்து தியானம் செய்துகொண்டிருந்தார். இவனுடைய அம்மா பார்க்க மிகவும் லட்சணமாயிருப்பாளாம். இவனுடையதைப் போன்றே கண்களாம். இந்தத் தாயத்தோடு தாலியும் அவள் கழுத்தி லிருந்ததாம். இதெல்லாம் திரிபாதியே என்னிடம் சொன்னது. எதையோ சொல்லப்போய் வேறெதையோ சொல்லிக்கொண்டிருக் கிறேன். இவன் அம்மா திரிபாதியை வணங்கி, அவர் எதிரே தன்னு டைய ட்ரங்க் பெட்டியை வைத்து, அதன் மூடியைத் திறந்தாளாம்.

'திரிபாதிக்குத் தன் கண்களையே நம்ப முடியவில்லை. அதில் இரண்டு, மூன்று தோலா அளவுக்காவது தங்கம். அதோடு கழுத்துச் சங்கிலி, கம்மல், தோடு, வளையல், தங்க ஒட்டியாணம் மட்டு மல்லாமல், முத்திரை வைத்த தங்கக்கட்டிகளும் இருந்தன. எனக்கும் அந்த ட்ரங்க் பெட்டியைத் திரிபாதி திறந்து காட்டினார். அந்த ட்ரங்க் பெட்டிக்கு அவர் பாம்புக் காவலிருந்தார். "என் மகனை உங்கள் பேரன் என்று நினைத்துக்கொள்ளுங்கள். என்னை உங்கள் மகளாக நினைத்துக்கொள்ளுங்கள்" என்று இவனுடைய அம்மா சுவாமியையும் திரிபாதியையும் வணங்கினாளாம். திரிபாதி அவள்

தலையைத் தொட்டு ஆசிர்வதித்துப் பெட்டியைத் தன் இரும்புப் பெட்டகத்தில் வைத்துப் பூட்டிவிட்டு வந்தாராம். அந்தத் தங்கத்தைப் பார்க்க இரண்டு கண் போதாது. விஜயநகரக் காலத்து நகைகளுக்கு மேலும் கீழும் அவ்வளவு தங்கக்கட்டிகள்.

'அது நடந்த பிறகு ஒரு மாதம் அமைதியாகக் கழிந்தது. திரிபாதி தினகரைத் தன் வீட்டுக் குழந்தையாகவே சேர்த்துக்கொண்டார். தன் வீட்டிலேயே வைத்துக்கொண்டார். தன் செலவிலேயே படிக்க வைத்தார். அந்தத் தங்கத்தைத் தொடவேயில்லை. அது ஒரு பெரிய கதை.

'ஒரு நாள் காலை, கங்கையில் குளிப்பதற்கென்று போன இவனுடைய அம்மா திரும்பி வரவில்லை. எங்கோ தொலைவில் அவளது பிணம் கிடைத்தது. கால் வழுக்கி ஆற்றில் மிதந்து போயிருக்கலாம் என்றும் சொல்கிறார்கள். ஆனால், திரிபாதியின் வீட்டில் இருந்தவர்களுக்கெல்லாம் என்ன ஆச்சரியம் என்றால் அவள் கங்கையில் குளிக்கப் போகுமுன் தன் கழுத்திலிருந்த தாயத்தைக் கழற்றி மகன் கழுத்தில் எதற்குப் போட்டாள்? எதற்காக மகனை அவ்வளவு சிக்கிரம் எழுப்பிப் பாலைக் காய்ச்சிக் குடிக்கவைத்தாள்?'

சீதம்மா அழத் தொடங்கினார். தினகர் பேசாமல் கேட்டுக்கொண்டே அவர் என்ன சொல்கிறாரென்று ஊகித்தான். சாஸ்திரிகள் கண் மூடி அமர்ந்து ஜபமாலை மணிகளை எண்ணத் தொடங்கினார்.

'நான் தாயத்தைப் பார்த்த உடனே இதற்குள் ஸ்ரீசக்ரம் இருக்கிறது, இது நம் பக்கத்தைச் சேர்ந்தது என்று சொல்லிவிட்டேன். யார் வீட்டுப் பிள்ளையோ? இதன் அப்பா யார்? ஏன் இவனுடைய அம்மா பச்சைக் குழந்தையுடன் வீட்டைவிட்டுப் போக வேண்டி வந்தது? புராணம் சொல்கிறீர்களே சாஸ்திரிகளே, வேதவியாசர் மட்டுமே இவன் கதையை எழுதியிருக்கக்கூடும். தேசம் முழுவதும் இந்தப் பிள்ளை ரொம்பப் புத்திசாலியென்று கொண்டாடுகிறது. ஆனால் இந்தப் பிள்ளைக்குத் தன் தாய் தந்தை யாரென்று தெரியாது. தன் ஊர் எதுவென்றும் தெரியாது. கடவுளையே தாய் தந்தை என்று தெரிந்துகொள்வதற்காகத்தானோ என்னவோ இந்த வேடத்தில் அலைகிறது.'

சீதம்மா சாஸ்திரிகளைப் பார்த்துக் கலவரமடைந்து 'ஏன்? என்னாயிற்று?' என்று அவருக்குத் தம்ளரில் குடிக்கத் தண்ணீர் கொடுத்தார்.

• பிறப்பு •

. 5 .

சீதம்மாவின் பேச்சைக் கேட்டுக்கொண்டிருந்த சாஸ்திரிகளுக்குத் தன் தலையில் இரண்டு ஜோடி சிவந்த கண்கள் கெக்கலித்துக் கொண்டு ஒன்றை ஒன்று முறைத்துப் பார்ப்பதாகத் தோன்றியது. அவருடைய இரண்டாம் மனைவி மகாதேவி மௌனமாக அதே போல அவரை வெறுப்புடன் பார்ப்பதுண்டு. அவரும் அவ்வாறே அவளைப் பார்ப்பார். பிறகு எந்தக் காரணமுமில்லாமல் அத்தகைய வெறுப்புப் பற்றி எரிகிறதே என்று எண்ணி சாஸ்திரிகள் குழப்பமடைவார். அவருடைய மகளும் வீட்டைவிட்டுப் போகும் முன்பு அவ்வாறே அவரைப் பார்த்தாள். மகள் கல்லூரியில் யாரையோ காதலிக்கிறாள் என்று அறிந்து, முன்பு அவரைப் பிடித்தாட்டிய கோபம் திரும்பியது. மகளிடம் பேசக் கூடாததைப் பேசினார்; அவள் தந்தையிடம் பேசக் கூடாததைப் பேசினாள். புராணப் பிரவசனத்தில் பிரகலாதனைப் பற்றியோ துருவனைப் பற்றியோ சபையோர்களுக்குப் புரியும்படி பேச வல்லவர் யார்? அது தானாக இருக்கலாமோ என்று சாஸ்திரிகள் ஆச்சரியமடைந்தார். தான் சதா தன்னிடமிருந்தே ஓடிப் போவதைப் போல அவருக்குத் தோன்றியதுண்டு.

அப்படி ஓடுவதைத் தினகரின் கழுத்திலிருந்த தாயத்து தடுத்து நிறுத்தியதா? அது வெளிப்படையாகச் சொல்ல முடியாத திகிலை அவர் எதிர்கொள்ளுமாறு செய்தது. கெக்கலிக்கும் அந்த இரண்டு ஜோடிக் கண்களும் தன்னுடையவையோ என்ற குழப்பமுண்டாகிக் கலவரமடைந்து, வேறெதையோ யோசிக்க முயன்று, 'சீதம்மா, இரண்டு நாள் தினகரை இங்கேயே வைத்துக்கொள்ளுங்கள். நான் வந்து அவரை நட்டநடுக் காட்டிலிருக்கும் எங்கள் வீட்டுக்கு அழைத்துப்போகிறேன். எங்களுடன் ஓரிரண்டு நாளிருந்துவிட்டு அவர் கேரளாவுக்குப் போகிறாராம். எனக்குப் பலகாரம் வேண்டாம். இன்று நான் எதுவும் சாப்பிடமாட்டேன். ஏகாதசி அல்லவா?' என்று சொல்லி எவ்வளவு வற்புறுத்தியும் கேட்காமல் சாஸ்திரிகள் புறப்பட்டுப் போனார்.

ஒரு டாக்சியை அமர்த்திக்கொண்டு நேர்வழியைத் தவிர்த்துத் தன் ரகசிய ஆராதனைக்குரிய தேவதை குடிகொண்ட கோவிலிருக்கும் காட்டை நோக்கிப் போனார். மாட்டு வண்டித் தடத்தில் கார் போக வேண்டியிருந்தது. 'உனக்கு இரண்டு மடங்கு வாடகை தருகிறேன்' என்று புறப்படும்போதே சாஸ்திரிகள் சொல்லியிருந்த தால், டிரைவர் பேசாமல் காரைக் காட்டு வழியில் ஓட்ட ஒப்புக் கொண்டிருந்தான். அடர்ந்த காட்டின் மத்தியில் காரை நிறுத்தி, 'அரை மணி நேரம் காத்திரு' என்று சாஸ்திரிகள் பாதைகளில்லாத புதர்களுக்கு இடையில் தானே வழி ஏற்படுத்திக்கொண்டு நடந்தார். பகவதியின் பாழடைந்த கோவிலுக்கு எதிரே வந்து நின்றார்.

பகவதிக்குத் தினமும் விளக்கேற்றுவதற்காகப் பக்கத்துச் சிற்றூரின் ஏழைப் பிராமணனொருவனுக்கு சாஸ்திரிகள் மாதம் இருநூற்றைம் பது ரூபாய் கொடுத்துவந்தார். பகவதியின் கோவிலைப் புதிதாகக் கட்ட வேண்டுமென்று ஒரு முறை அவர் மனத்தில்பட்டது. கோவிலைப் புதிதாகக் கட்டினால், தேவியின் சக்தி நீடித்திருக்க முடியாது என்று சாஸ்திரிகள் தன் சாஸ்திர அறிவு அனைத்தையும் பிரயோகித்து நம்பினார். தன் தலையில் எரியும் கண்களின் கடூரம் அந்தப் பகவதியே என்று நம்பினார்.

ஒரு வருடத்துக்கு முன்பு தன் சண்டைக்கார மனைவியின் தினசரி ரகளையைப் பொறுத்துக்கொள்ள முடியாமல், பகவதிக்கு வேண்டுதல் செய்துகொண்டு, அவளை அழைத்துவந்திருந்தார். மகாதேவி பகவதியின் முன்னால் நின்று முறைத்துப் பார்க்கத் தொடங்கினாள். மொத்தக் காட்டின் மௌனமும் கிழிபடுமாறு கடூரமாகக் கிறீச்சிட்டாள். கண்ணைக் கெக்கலித்து அவர் எதிரில் நின்று என்னென்னவோ சொல்லத் தொடங்கினாள். அவளது குற்றச் சாட்டுகளால் சாஸ்திரிகள் திகிலடைந்தார். முதல் மனைவியை அவர் மணையால் தலையில் அடித்துக் கொன்றது மகாதேவிக்கு எப்படித் தெரிந்தது? அவருடைய முதல் மனைவி மோகினியாக மாறித் தன்னை வருத்துகிறாளென்று மகாதேவி கர்ஜனை செய் தாள். இருந்திருந்தாற்போல அந்த மகாதேவி அவருடைய முதல் மனைவியாகவே மாறிவிட்டிருந்தாள். 'என்னை அடித்தே கொன்றதைப் போல, என் சக்களத்தியின் மகளையும் அடித்துக் கொல்லப்போனாயே, ஏ துஷ்ட பிராமணா!' என்று கூக்குரலிடத் தொடங்கினாள்.

சாஸ்திரிகள் தேவியின் எதிரில் நின்று கண்மூடி வேண்டினார்: 'பகவதி, ஏன் என் மனைவியின் வாயிலிருந்தும் பொய் சொல்ல வைத்தாய்? நான் கொலைகாரனாயிருக்கலாமோ என்ற பீதியில் ஏன் இதுவரைக்கும் என்னையும் அலைக்கழித்தாய்? தினகர் என் மகனா அல்லது அந்த மலையாளி பண்டிதனின் மகனா? உண்மையைச் சொல். உண்மையை அறியும்படி எனக்கு ஓர் அறி குறியைக் காட்டு. என்னை ஆவியைப் போல அலையவைக்காதே.'

அவருக்கு எந்த அறிகுறியும் கிடைக்கவில்லை. அவர் தலைக்குள் சிவந்த கண்கள் கெக்கலிப்பதும் நின்றபாடில்லை.

பகவதியின் காட்டில் வழி தேடியபடி டாக்சியை நிறுத்தியிருந்த இடத்திற்குத் திரும்பினார். உடுப்பியிலிருந்து பத்து மைல் தூரத்தில் மற்றொரு சிற்றூருக்குக் காரைச் செலுத்தச் சொன்னார்.

அந்தச் சிற்றூரில் அது ஒன்றுதான் பெரிய வீடு. அதைக் கட்டிய வர் சாஸ்திரிகளே. அந்த வீட்டில் மட்டும் அவர் தலையில் எரியும் கண்கள் சாந்தமடையும். அது அவருடைய வைப்பாட்டியின் வீடு.

அவள் பெயர் ராதா. அந்தப் பெயரும் அவர் வைத்ததே. பம்பா யில் அவர் கண்ணில்பட்ட அனாதைப் பெண் அவள்.

சுமார் ஐம்பது வருடங்களுக்கு முன்பு, அவர் இருபது வயதுக் காரராக இருந்தபோது, அண்ணனோடு சண்டையிட்டுச் சொத்தில் பாதிப்பாகத்தைப் பெற்றுக்கொண்டு பம்பாய்க்குப் போயிருந்தார். அங்கே 'பகவதி க்ருபா' என்ற பெயரில் ஒரு ஹோட்டல் திறந்தார். அப்போது அவரைப் பார்த்தவர்கள் அவரே இப்போதைய சாஸ் திரிகள் என்று சொல்லமாட்டார்கள். பைஜாமா, சட்டை, தலையில் ஒரு தொப்பி அணிந்துகொண்டு சிந்திக்காரர் அல்லது மார்வாடி போல அவர் தோற்றம் கொண்டிருந்தார். ஒட்ட வெட்டி க்ராப் வைத்துக்கொள்ளுமளவு தைரியம் போதாமல் அந்தத் தொப்பி.

அண்ணனிடம் தம்பிக்கு வெறுப்பு. தம்பியிடம் அண்ணனுக்கு வெறுப்பு. அண்ணனுக்குப் பிள்ளைகளில்லை; மனைவியும் இறந்து விட்டிருந்தாள். அவனுக்கு ஆஸ்துமா வேறு. அண்ணன் மீண்டும் திருமணம் செய்துகொள்ளவில்லை. வம்சத்தைக் காப்பாற்ற சாஸ் திரிகளையாவது திருமணம் செய்துகொள்ளச் சொன்னதற்கு அவர் ஒப்புக்கொள்ளவில்லை. நட்ட நடுக்காட்டில் தோட்டம் அமைத்துக் கொண்டு, மழைக்காலமெல்லாம் பலாக்காய்ப் பொரியலையும் முற்றிய வெள்ளரிக்காய்க் குழம்பையும் சாப்பிட்டுக்கொண்டு, காசு தராத அண்ணனின் ஆஸ்துமா இருமலைக் கேட்டபடி வாழ்வது சகிக்க முடியாமல், தன் பாகத்தைப் பெற்றுக்கொண்டு, பம்பாய்க்குச் சென்று அதை ஊதாரித்தனமாகச் செலவு செய்யத் தொடங்கினார். ஹோட்டல் திறந்தாலும் கல்லாவில் உட்கார்ந்தது வேறு யாரோ! தன் வருமானம் எவ்வளவு செலவு எவ்வளவு என்னும் கவலையில்லை.

பம்பாயில், சாஸ்திரிகளுக்குப் பெண் சகவாசம் ஏற்பட்டது. பெண் தரகர்கள் நண்பர்களானார்கள். நாள் முழுக்கச் சீட்டாடத் தொடங்கினார். தேவையான அளவு தூக்கமில்லாமல் கண்கள் சதா சிவந்திருந்தன. சிகரெட் புகைத்துப் புகைத்து, இருமல் ஆரம்ப மாயிற்று. அண்ணனைப் போலத் தன்னையும் ஆஸ்துமா பீடிக்கு மென்று திகிலடையத் தொடங்கினார்.

அப்படியிருக்க ஒருநாள், பணக்காரியான வேசி ஒருத்தியின் வீட்டில் கன்னடமும் துளுவும் பேசிய ராதா அவர் கண்ணில்பட்

டாள். சாஸ்திரிகளுக்கு இருபத்தைந்து வயதென்றால், அவளுக்குப் பதினேழோ பதினெட்டோ இருக்கலாம். 'உங்கள் பக்கத்தவளே யான ஹைஸ்கூலில் படிக்கிற பெண்' என்று சில்க் வேட்டியணிந்து சில்க் ஜிப்பா போட்ட ஒரு தரகன் சிபாரிசு செய்து அவரை அழைத்துக்கொண்டு போயிருந்தான்.

அந்த ராதா சிவமொக்கவுக்கு அருகிலுள்ள ஒரு கிராமத்திலிருந்து கடத்திக்கொண்டு வரப்பட்ட ஓர் ஏழைப் பெண் என்று தெரிந்தது. பெண்பித்தனும் பெண்களிடம் குரூரமான ஆசை கொண்டவனுமான தனக்கு ராதாவின் மேல் பிறந்த கரிசனம் அவருக்கே விசித்திரமாகத் தோன்றியது. அவளை வாங்கியிருந்த எஜமானி சாம, பேத உபாயங்களுக்கு இணங்காதுபோகவே, அவர் மற்றொன்றைப் பயன்படுத்தினார். அவள் ராதாவுக்காகத் தந்ததைப் போல நான்கு மடங்கு பணம் கொடுத்து, நன்றிமிக்கவளான அந்தப் பெண்ணைத் தன் ஹோட்டலுக்கு அழைத்துவந்தார். தனக்குச் சொந்தமான பெண் என்று ஓர் அறையில் வைத்துக்கொண்டார். சீட்டாட்டம், சூது என்று அலைந்துகொண்டிருந்த சாஸ்திரிகள் அவளைப் பாதுகாக்கத் தொடங்கினார்.

அண்ணனுக்கு உடல் நலம் சரியில்லையென்று திடீரெனத் தந்தி வந்தபோது, அவளையும் அழைத்துக்கொண்டு போனார். அவளை ஜாக்கிரதையாகப் பார்த்துக்கொள்ள வேண்டும் என்று தனக்குத் தெரிந்த மங்களூர் ஹோட்டல் ஒன்றில் தங்கவைத்துவிட்டுக் கிராமத்திற்குப் போனார். அண்ணனின் ஈமக்கிரியைக்கு நெருங்கிய உறவினர்கள் அவருக்காகக் காத்திருந்தார்கள்.

மூச்சுவிடுவதற்காகச் சதா திறந்திருக்கும் அண்ணனது வாய் மூடியிருந்தது. மூக்கைச் சுற்றியும் ஈக்கள் உட்கார்ந்திருந்தன. அண்ணனின் அந்தக் கூரான மூக்கைக் குத்தவேண்டும் என்கிற அளவு தனக்கு எத்தனை முறை கோபம் வந்தது என்று நினைத்தார். அண்ணனின் பிணத்தைப் பார்த்தும்கூட அவருக்குக் கண்ணீர் வரவில்லை. அவ்வளவு குரூரமான வார்த்தைகளை ஒருவருக்கொருவர் பேசியிருந்தார்கள். அண்ணன் ஆண்மையற்றவன், கருமி, நிரந்தர நோயாளி. பின்னர் யோசித்துப் பார்த்ததில் அவர்களுடையது சாபத்துக்காளான குடும்பமென்று சாஸ்திரிகளுக்குத் தோன்றியது. அவர் தன் தாயின் பாசத்தை அறிந்ததில்லை. சாஸ்திரிகளின் சின்ன வயசிலேயே அவருடைய தாய் இறந்ததால், அவருடைய தந்தை மறுமணம் செய்துகொண்டிருந்தார். அதுவும் முதிர்ந்த வயதில். அவருடைய சித்தி தான் சபிக்கப்பட்ட குடும்பத்தில் வாழ்க்கைப்பட்டதாகவே நினைத்து, எல்லோரையும் இம்சித்தபடியே வாழ்ந்து, தோட்டத்தில் நாகப் பாம்பு கடித்து இறந்தாள். சாஸ்திரிகளின் தந்தை வெறிநாய் கடித்து இறந்தார். அண்ணனின் மனைவி நிமோனியாவால் இறந்தாள். அண்ணன் தனியாக, கருமியாக வாழ்ந்து, முன்னோர்கள் புதைத்து வைத்திருக்கலாம் என்று தங்கத்துக்காகப்

• பிறப்பு •

பழைய வீட்டின் மூலைமுடுக்கெல்லாம் தோண்டி, தேடி இறந்து போனான்.

ஆனால், வீட்டில் முன்னோர்கள் சேர்த்துவைத்த சொத்து பத்திரமாகவிருந்தது. ஒரு ட்ரங்க் பெட்டி நிறையத் தங்கம். அது யாரோ முன்னோர் ஒருவர் விஜயநகர சாம்ராஜ்யத்தின் வீழ்ச்சிக் காலத்தில் கொள்ளையடித்தது என்பது பரம்பரைப் பரம்பரை யாகச் சொல்லப்பட்ட கதை. வீட்டிற்குள் தோண்டிப் பார்த்த பிறகு வீட்டின் பின்னாலுள்ள தோட்டத்தில் எங்கோ இன்னும் அதே யளவு புதைத்துவைத்த தங்கம் இருக்கிறதென்று நம்பி, சாஸ்திரிகளின் அண்ணன் எங்கெங்கெல்லாமோ தோண்டித் தேடியபடியே தன் ஆயுளை வீணாக்கி இறந்துபோயிருந்தான்.

சொத்து முழுவதற்கும் சாஸ்திரிகள் உரிமையுள்ளவர் ஆனார். அண்ணனின் ஈமச்சடங்கு முடிந்து, இரும்புப் பெட்டகத்திலிருந்த ட்ரங்க் பெட்டியைத் திறந்து அதிலிருந்த தங்கத்தைப் பார்த்து, 'அண்ணன் ஊதாரித்தனம் செய்யவில்லை' என்று மகிழ்ச்சியடைந் தார். தன் ஆசைநாயகி ராதாவை அழைத்துவந்து தன் வீட்டுக்கு ஐந்து மைல் தூரத்தில் ஆற்றங்கரையில் இருந்த தோட்டத்தில் ஒரு குடிசை கட்டித் தங்கவைத்தார். அவள் பாதுகாப்புக்காக நம்பிக்கை யானவர்களைத் தேடியபோது, தன் சித்தியொருத்தி சிவமொக்கா வில் இருப்பதாக ராதா சொன்னாள். சித்தியின் கணவனும் உயி ரோடு இருந்தான். அவன் ஒரு டெய்லர். கிழவியாகிவிட்டதால் அவளை வைத்துக்கொண்டிருந்த சென்னகிரியின் முதலாளிக்குத் தேவையில்லாதவளாகிவிட்டிருந்த அவளுடைய தாயையும் சித்தி யையும் சாஸ்திரிகள் தேடிக் கண்டுபிடித்து அழைத்துவந்து தோட் டத்துக்கு அருகில் ஓர் ஓட்டு வீடு கட்டித் தங்கவைத்தார். பக்கத்து நகரத்தில், சித்தியின் கணவனான டெய்லருக்கு ஒரு துணிக்கடை வைத்துக்கொடுத்தார்.

நட்ட நடுக்காட்டில் இருந்த சாஸ்திரிகளின் தோட்டத்து வீட் டுக்குத் தாமாக வருகிறவர்கள் யாரும் இல்லை. தொலைவிலிருந்த உறவினர்களும் என்றைக்கும் விலகியிருந்தவர்களே. வீட்டில் ஈமச் சடங்கு நடந்தபோது வேறு வழியில்லாமல் வந்தவர்களைத் தவிர, அவர் ஜாதியைச் சேர்ந்த வேறெந்த மனித ஜீவனும் அவரது வீட்டுக்குப் பக்கத்தில் வராது. அதனால், சாஸ்திரிகள் கவலையின்றி ராதாவுடன் தொடர்பு வைத்துக்கொண்டார். ஒரு பழைய திறந்த மாடல் ஃபோர்ட் காரை வாங்கி, பைஜாமாவுக்குப் பதிலாகக் கரை வேட்டியும் மேலே ஒரு சட்டையும் அணிந்து பம்ப் ஷூவுடன், மாட்டு வண்டித் தடத்தில் அதை ஓட்டி உறவினர்களிடமிருந்து மேலும் தூரவிலகினார்.

அப்படி இரண்டு வருடங்கள் கழிந்தன. 'என்ன இருந்தாலும் நான் நீங்கள் சேர்த்துக்கொண்டவள். நீங்கள் திருமணம் செய்து கொண்டேயாக வேண்டும்' என்று ராதா சாஸ்திரிகளை வற்புறுத்தத்

தொடங்கினாள். ராதாவுக்குக் குழந்தை உண்டாகவில்லை. சாபத்துக் குள்ளான அவரது குடும்பத்தில் தானும் வாரிசில்லாதவனோ என்று சாஸ்திரிகளுக்குக் கவலையாயிருந்தது. 'அது என் தலையெழுத்து. நீங்கள் திருமணம் செய்து பாருங்கள்' என்று ராதா வற்புறுத்தினாள்.

சாஸ்திரிகள் அவர் அனுபவத்தில் ராதாவைப் போல வேறொரு பெண்ணைப் பார்த்ததில்லை. அவளுக்கும் ஆசாபாசங்களில்லாமல் இல்லை. ஆனால், அவை வயிற்றுப்பாட்டோடு சரி. கஞ்சிக்குத் தேங்காய்ப் பாலும் மாங்காய் ஊறுகாயும் கிடைக்கிறதே என்று அவளுக்கு மகிழ்ச்சி. எரிச்சல்பட்டுக்கொண்டு கோபத்துடன் திரியும் சாஸ்திரிகள், மென்மையாக வாய்திறந்து கனிவாகப் பேசும் ராதா விடம் மோகத்துக்காட்பட்டிருந்தார். அவளிடம் மட்டும் இனிமை யாகப் பழகினார். அவள் யோசனையைத் தட்டமுடியாமலும் தனக்குப் பிள்ளையுண்டாகலாம் என்னும் ஆர்வத்தினாலும் பெண் தேடத் தொடங்கினார்.

அருகிலிருந்த எவரும் சாபத்துக்குள்ளான அந்தப் பணக்கார வீட்டுக்குப் பெண் தர முன்வரவில்லை. ஏதோ ஜாதகத்தைக் காரணம் சொல்லி முடியாதென்றுவிட்டார்கள். அதுவுமில்லாமல், திருமணம் செய்துவைக்கக்கூடிய பெரியவர்கள் எவரும் அவருக்கு நெருக்கமாக இல்லை. தானே தனக்குப் பெண் கேட்டுச் செல்கிற வருக்கு யார் மரியாதை தருவார்கள்? கடைசியாகச் சிக்மகளூரின் கிராமம் ஒன்றில் ஏழைக் குடும்பத்துப் பெண் ஒருத்தி இருப்பதாகத் தெரிய வந்தது.

மேலே ஜரிகைச் சால்வை போர்த்தி, கரை வேட்டி உடுத்து, மைசூர்க்காரர்களைப் போலத் தலைப்பாகை கட்டிக்கொண்டு, விபூதி, குங்குமம் இட்டு ஆசாரமானவரைப் போலத் தெரியும்படி சாஸ்திரிகள் பெண் கேட்கச் சென்றார். எட்டுப் பெண்களைப் பெற்று முதலாமவள் திருமணம் நடந்தால் போதுமென்று ஏங்கிக் கொண்டிருந்த பெண்ணின் தாய் தந்தை மாப்பிள்ளையின் செல்வத் தால், அவருடைய குலம், கோத்திரம், ஜாதகம் பார்த்து வேறெதை யும் தெரிந்துகொள்ள வேண்டுமென்ற ஆர்வம்கூடக் காட்டாமல், சரோஜாவைத் திருமணம் செய்துகொடுக்கச் சம்மதித்தார்கள்.

சரோஜா அழகான பெண். மிகுந்த அலட்சியம் மிக்க அகலமான கண்களைக்கொண்ட அவள் தனக்கு எது வேண்டும் எது வேண் டாம் என்று சொல்லாமல் சாஸ்திரிகளை மணந்துகொண்டாள். அவளுக்குப் புத்தகம் படிப்பதில் ஆர்வமிருந்ததும் இனிமையாக மகாபாரதம் படித்ததும் சாஸ்திரிகளுக்கு முதலில் பெருமைக்குரிய விஷயங்களாக இருந்தன. பெண்ணின் கல்வியறிவைக் கேள்விப் பட்டு ராதாவும் மகிழ்ச்சியடைந்தாள்.

பாசம் இல்லாத மாப்பிள்ளையின் கல்யாணக் கோஷ்டியில் ராதா ஒருத்தியே பாசம் கொண்டவளாக சாட்சாத் கௌரி தேவியைப் போலவே அலங்கரித்துக்கொண்டு உறவுக்காரியாகத் திருமணத்திற்கு

• பிறப்பு •

வந்திருந்தாள். செல்வந்தரான சாஸ்திரிகளுக்கு ராதாவுடன் இருந்த தொடர்பு சரோஜாவின் பெற்றோர் காதில் விழாமலில்லை. ஆனால், அவர்கள் அதை நம்பாதவர்களைப் போல நடித்தார்கள். கல்யாண வீட்டில் ராதாவை எங்கே உட்கார வைத்து விருந்து பரிமாறுவது என்பது மட்டுமே அவர்களுக்குப் பிரச்சினையாக இருந்தது. சாஸ்திரிகள் அவளுக்கு ஏற்படுத்திக் கொடுத்த தோட்டத்து விளைச்சலிலிருந்து கிடைத்த ஒரு வருடத்தின் மொத்த வருமானத்தையும் செலவிட்டு, ராதா கல்யாணப் பெண்ணுக்குப் புடவையும் பெயர் பெற்ற மங்களூரின் பொற்கொல்லர்கள் செய்துகொடுத்த பவளம் பதித்த தங்க வளையல்களும் வாங்கிவந்திருந்தாள். சாஸ்திரிகளின் சார்பாக அவளைத் தவிர வேறு யாரும் அந்தத் திருமணத்தில் உற்சாகம் காட்டவில்லை. சீர் செய்யவுமில்லை. எட்டுப் பெண்களைப் பெற்று நொடிந்து போயிருந்த சரோஜாவின் பெற்றோர் ராதாவின் பாசத்தினாலும் அன்பான பரிசுப் பொருள்களாலும் தம் பெண்ணுக்கு எந்தக் கவலையுமில்லை என்று சமாதானம் அடைந்தார்கள்.

அவர்கள் தம் நெருங்கிய உறவினர்களிடம் சொல்லிக்கொண்டிருந்தது இப்படி: 'எங்கள் மருமகன் கார் வைத்திருக்கிறான். பம்பாயில் ஹோட்டல் இருக்கிறதாம். யாரோ அதைக் கவனித்துக் கொண்டு மாதாமாதம் பணம் அனுப்புகிறாராம். நானூறு ஏக்கர் தோட்டத்துக்கு முதலாளி எங்கள் மருமகன். முக்கியமானது என்னவென்றால் எங்கள் பெண்ணுக்கு மாமியாரோ மாமனாரோ இல்லை. எல்லா நிர்வாகமும் அவளுடையதுதான்.'

பெண்ணும் மாப்பிள்ளையும் மருவீடு புகும் சடங்கும் முடிந்தது. பெண்வீட்டாரும் ஊருக்குப் போய்விட்டார்கள். சாஸ்திரிகள் இப்போதும் நினைத்துக்கொள்கிறார்: அத்தனை லட்சணமான மனைவி அவரைத் தலை தூக்கிப் பார்த்ததில்லை. அதற்குக் காரணம் வெட்கமல்ல. தானென்றால் அவளுக்கு அலட்சியம் என்று அவருக்குத் தோன்றியது. அவர் சரசத்துடன் கையைப் பிடித்தால் அவள் கல் பொம்மையைப் போல நிற்பாள். அவள் கண்கள் தன்னுடையதைச் சந்தித்த நினைவே அவருக்கு இல்லை. எதையும் பொருட்படுத்தாமலேயே அவளது அலட்சியமான கண்கள் பார்வையைச் செலுத்தும்.

சாஸ்திரிகள் திட்டினார், அடித்தார். ஆனால், சரோஜாவின் அலட்சிய குணம் மாறவில்லை. அவருக்குப் பக்கத்தில் படுப்பாள். தன் கடமையென்று கணவனோடு இணைவாள். ஆனாலும் அதனால் எந்தப் பயனும் கிடைக்கவில்லை.

ஐந்து வருடங்களாகியும் அவள் கர்ப்பவதியாகவில்லை. ராதா என்னென்னவோ மருந்துகள் செய்துகொடுத்தாள். புணர்ச்சியில் மனைவியைத் திருப்திப்படுத்துவது எப்படியென்று கற்றுக்கொடுத்தாள். ஆனால் சாஸ்திரிகள் கற்றுக்கொண்டு பயன்படுத்திய எந்தக் காமக்கலையும் சரோஜாவை இளகவைக்கவில்லை; மாறாக எதிர்ப்பைக்

• 37 •

காட்டினாள். புணர்ந்து முடித்ததும் குளியலறைக்குச் சென்று தலைக்குக் குளித்துவிட்டு வந்து, ஈரத்தலையுடன் படுத்து விடுவாள். சாஸ்திரிகள் தன் கோபத்தைத் தணித்துக்கொள்ள நடு ராத்திரியிலேயே காரை எடுத்துக்கொண்டு ராதாவின் வீட்டிற்குப் போய்விடுவார்.

ஆச்சரியமென்னவென்றால் சரோஜா ராதாவுடன் மட்டும் எவ்வளவு தேவையோ அவ்வளவு மரியாதையுடன், ஆனால் அன்னியோன்யமில்லாமல் பழகினாள். ராதாவுக்குப் புத்தகம் படிப்பதில் விருப்பமிருந்ததால், அவள் தான் தருவித்த கதைப் புத்தகங்களைச் சரோஜாவுக்கு அனுப்புவாள். சரோஜா தான் தாய் வீட்டிலிருந்து கொண்டுவந்த புத்தகங்களை ராதாவுக்கு அனுப்புவாள். ராதா தான் வளர்த்த மல்லிகையை வாழை நாரில் அழகாகத் தொடுத்து, சரோஜாவுக்குச் சூடிக்கொள்ள அனுப்பினாள். சரோஜா அதை முதலில் தான் வணங்கும் சாரதாதேவிக்குப் போட்டுப் பிறகு தன் கூந்தலில் சூடிக்கொள்வாள்.

ராதா சாஸ்திரிகளின் வீட்டிற்கு வருவதுண்டு – வாழையிலை வேண்டுமென்றோ அல்லது கோலப்பொடி வேண்டுமென்றோ காரணம் ஏற்படுத்திக்கொண்டு. வரும்போது தானே குத்திய அவலும் புழக்கடையில் விளைந்த கோவைக்காயும் கொண்டுவருவாள். அவளைப் பன்மையில் 'உள்ளே வாருங்கள்' என்று சரோஜா வரவேற்றுக் காபி போட்டுக்கொடுப்பாள். ஆனால் எவ்வளவு தேவையோ அவ்வளவு பேச்சு. அன்னியோன்யம் வளரவேயில்லை. ஒருவரை ஒருவர் பெயர் சொல்லி அழைத்ததே இல்லை. ராதா வரும்போது சாஸ்திரிகள் வீட்டில் இருந்தால் நேராகத் தன் கார் நிறுத்தியிருக்கும் இடத்திற்குச் சென்று காவல்காரனைக் கூப்பிட்டு அதைக் கழுவத் தொடங்குவார். ராதா அதிக நேரம் இருந்துவிட்டால், பட்டிக்காட்டுச் சாலையில் ஓடும் கார் ஒரு தூசு இருந்த அடையாளமும் இல்லாமல் தேவதை விக்ரகம் போல மின்னும்.

. 6 .

அதற்கிடையில் சாஸ்திரிகளின் மொத்த வாழ்க்கையையே தலை கீழாக மாற்றும்படியான ஒரு சம்பவம் நடந்தது. கன்னடம் பேச வல்லவனான மலையாளி ஒருவன் உடுப்பியில் ஓர் ஆயுர்வேத மருந்துக்கடை திறந்தான். அவன் பெயர் கருணாகரப் பண்டிதன். சாஸ்திரிகளின் வயதேயான அவன் தன் முகத்தின் களையை அதிகப் படுத்தும் விதமாகத் தாடி, மீசை வைத்திருந்தான்; தலைமுடியை வெட்டாமல் முடிந்துகொண்டிருந்தான்; நெற்றியில் சந்தனப் பொட்டு வைத்திருந்தான். அமைதியான, களையான முகம் அவனுடையது. அவனிடம் சாஸ்திரிகளுடையதைவிட நல்ல கார் இருந்தது. அவனது நடைஉடையால் நல்ல வசதிபடைத்தவனைப் போலவும் காணப்பட்டான். சாஸ்திரிகள் கற்றிருந்ததைவிட அவனுடையது நல்ல இந்தி; இங்கிலீஷும் வந்தது. நவீன அலோபதி வைத்தியமுறை யும் அவனுக்குத் தெரிந்திருந்தது. சமஸ்கிருதமோ அவனுக்குத் தண்ணீர் குடிப்பதைப் போல.

'நீங்கள் வைத்திருக்கும் கார் எந்த மாடல்?' என்று கேட்கப் போய், தாதுவிருத்தி லேகியங்கள் தொடர்பான அந்தரங்க ஆலோ சனை பெறுவதில் அந்த அறிமுகம் வளர்ந்து, இருவரும் நண்பர் களானார்கள். ஒரு முறை சாஸ்திரிகள் அவனைச் சாப்பிட வீட்டிற்கு அழைத்துக்கொண்டு போனார்.

வீட்டிற்குள் நுழைந்தவுடனே அவன் சுற்றுமுற்றும் பார்த்து யோசித்தபடி நின்றான். அவன் கண்கள் கம்பீரமாகத் தியானத்தி லாழ்ந்ததைக் கண்டு, கவலையடைந்து சிகரெட் பற்றவைத்துக் கொண்டு சாஸ்திரிகள் வினயத்துடன் அவனெதிரில் நின்றார். சோபாவைக் காட்டி உட்காருங்கள் என்றார். சாஸ்திரிகள் முதலாளியான உடனே மங்களூரிலிருந்து வாங்கிவந்த மெத்தென்ற சோபாவின் மேல் கருணாகரப் பண்டிதன் உட்கார்ந்தான். மேலும் சற்று நேரம் கண்ணை மூடியிருந்தவன் பெருவிரலால் மற்ற விரல்களின் கணுக்களைத் தொட்டுப் பார்த்தவாறே என்னவோ ஜபிக்கத்

தொடங்கினான். கண் திறந்து சாஸ்திரிகளிடம், 'எனக்கு ஜோதிடமும் கொஞ்சம் தெரியும். எங்கள் குடும்பப் பழக்கத்தால் கற்றுக்கொண்டது. நீங்கள் தவறாக நினைக்கவில்லை என்றால் நான் ஒன்று சொல்கிறேன்' என்றான்.

சாஸ்திரிகளுக்கு அவன் மேல் இருந்த மரியாதை இருமடங்காயிற்று. பக்தியுடன், 'தயவுசெய்து சொல்லுங்கள்' என்றார்.

'இந்த வீட்டில் தீயசக்தி இருக்கிறது. தவறாக நினைக்காதீர்கள். முற்காலத்தில் இங்கே ஒரு பெண்ணின் கொலை நடந்துள்ளது. அதனால்தான் இந்த வீட்டில் குழந்தைகள் பிறக்கவில்லை. இங்கே வசிக்கிறவர்களுக்கும் அமைதியில்லை. கெட்ட பிசாசுகள் இங்கு இருக்கிறவர்களைப் பிடித்துக்கொள்கின்றன. இங்கு வந்ததுமே என் தலையில் கொழுந்துவிட்டு எரியும் இரண்டு கண்கள் திறந்ததைப் போலிருந்தது. அவைகளை முறைத்துப் பார்க்க அங்கே இன்னு மிரண்டு கண்கள் திறக்கவிருந்தபோது நான் ஜபம் செய்யத் தொடங்கினேன் . . .' என்று கருணாகரப் பண்டிதன் சொன்னதைக் கேட்டு சாஸ்திரிகள் பயந்தார்.

'இங்கே ஒரு மாந்திரிகப் பூஜை நடக்க வேண்டும். அதற்குத் தம்பதிகள் ஒத்துழைக்க வேண்டும். அதாவது, கடைசிக் கட்டத்தில் உங்கள் மனைவி மட்டும் நிர்வாணமாக அமர்ந்து பூஜை செய்ய வேண்டும்' என்று கருணாகரப் பண்டிதன் நோயாளிக்கு மருந்து சாப்பிட வேண்டிய முறையை விளக்குவதுபோலச் சொன்னான்.

சாஸ்திரிகள் பெருமூச்சுவிட்டு, 'நீங்களே நடத்துவீர்களா?' என்று கேட்டார். கருணாகரப் பண்டிதன் 'நடத்தலாம்' என்று பஞ்சாங்கத்தைப் பார்த்து நாள் குறித்துச் சொன்னான். 'இந்தப் பூஜை ரகசியமாகச் செய்யப்பட வேண்டும்' என்று அவன் சொல்லியிருந்தான்.

• பிறப்பு •

. 7 .

பூஜை தொடங்குவதற்கான எல்லா ஏற்பாடுகளும் நடந்தன. அலட்சியமாக அலைபாயும் சரோஜாவின் கண்கள் கருணாகரப் பண்டிதன் பட்டு வேட்டியுடுத்துக் குங்குமமும் மஞ்சளும் கொண்டு மண்டலம் நிர்மாணித்ததைப் பார்ப்பதில் நிலைகொண்டன. சரோஜா அவனுக்குச் சிரத்தையோடு திரி உருட்டிக்கொடுத்தாள்; தேங்காய் நார் உரித்துக்கொடுத்தாள்; விளக்கிய சொம்பில் சுத்தமான நல்லெண்ணெய் கொண்டுவந்து கொடுத்தாள். அதையெல்லாம் சாஸ்திரிகள் நல்ல சகுனங்களாக அர்த்தப்படுத்திக்கொண்டார்.

அதுவரையில்லாத ஆனந்தம் சரோஜாவிடம் உருவாகத் தொடங்கியது. அதுவரை அவள் கோணல்மாணலாக எடுத்துவந்த வகிடு நேராயிற்று. கல்யாணத்தின்போது கொடுத்த நகைகளையெல்லாம் அணியத் தொடங்கினாள். பூஜை முடிந்த பிறகு அவள் கொடுத்த காபி சரியான சூட்டுடன் மணத்தை இழக்காமல் சுவைமிக்கதாயிருந்தது. பூஜை நடந்த நாள்களில் பழைய டிகாக்ஷனைச் சுடவைத்து அவள் காபி போட்டுக்கொடுத்ததே இல்லை.

கருணாகரப் பண்டிதனை அவள் படிப்படியாக மரியாதையுடன் ஏற்றுக்கொண்டதைப் போலத் தோன்றியது. ஒரு மாதப் பூஜையில் பதினைந்து நாள்கள் கழிந்தன. அவளது மாதவிலக்குக்குப் பிறகு பூஜை தொடங்கியிருந்தது. பூஜைக்கு இடையில் சரோஜா மாத விலக்காகும்போது சாஸ்திரிகள் மட்டும் பூஜை செய்ய வேண்டும். அவள் தலைக்குக் குளித்தபின், மூன்று தினங்கள் அவள் ஒருத்தியே நிர்வாணமாக அமர்ந்து பூஜிக்க வேண்டும். இது கருணாகரப் பண்டிதனின் பூஜை முறை. ஒவ்வொருவர் ஒவ்வொருவிதமாகப் பூஜை நடத்துவார்கள் என்று அவன் சொல்லியிருந்தான். கருணாகரப் பண்டிதனிடம் சரோஜாவுக்குப் பக்தி வளர்ந்துகொண்டிருந்ததால், கடைசிக் கட்டப் பூஜைக்கு அவள் சம்மதிப்பாளென்ற நம்பிக்கை சாஸ்திரிகளுக்கு வளர்ந்தது.

அனந்தமூர்த்தி

அந்தப் பூஜை நடந்த நாள்களில் சாஸ்திரிகள் உடலுறவு கொள்ளக்கூடாதென்பதால், ராதாவின் வீட்டிற்கும் போகாமல் விரதம் அனுசரித்துக் கருணாகரப் பண்டிதன் சொன்னபடி நடந்து கொண்டார். சரோஜா மாதவிலக்காகிக் குளித்து நிர்வாணமாக அமர்ந்தும் பூஜை செய்தாள்.

பணம் வாங்கிக்கொள்ளக் கருணாகரப் பண்டிதன் ஒப்பவில்லை. வற்புறுத்தலுக்குப் பணிந்து பட்டாடைகளையும் தங்கத்தில் கோத்த ருத்திராட்ச மாலையையும் தம்பதிகளிடம் பெற்றுக்கொண்டு, நமஸ்கரித்த அவர்களை ஆசீர்வதித்தான். 'பத்துக் குழந்தைகளுக்குத் தாயாகு' என்று சரோஜாவின் தலையைத் தொட்டுச் சொன்னான்.

திருப்தியடைந்த சாஸ்திரிகள், 'நீங்கள் வந்துபோய்க்கொண்டிருங்கள்' என்று உபசரித்தார். கருணாகரப் பண்டிதன் வந்துபோகத் தொடங்கினான். ஒரு நாள் மாலை, சாஸ்திரிகள் ராதாவின் வீட்டுக்குச் சென்றிருந்தபோது அவன் வந்து காத்திருந்துவிட்டுப் போயிருந்தான். சாஸ்திரிகள் சரோஜாவிடம் சொன்னார், 'மாலையில் நானிருக்கமாட்டேன்; காலையில் வரவேண்டுமென்று சொல்.' மறுபடியும் இரண்டு தினங்களுக்குப் பிறகு சந்தேகப்பட்டு, 'பண்டிதர் வந்திருந்தாரா?' என்று கேட்டார்.

சரோஜா அலட்சியத்துடன் சொன்னாள், 'வந்திருந்தார்.'

சாஸ்திரிகள் பொங்கிவந்த கோபத்தை அடக்கிக்கொண்டு அனுக்கமான சௌஜன்யத்துடன் கேட்டார், 'காபி போட்டுக் கொடுத்தாய்தானே?'

'கொடுத்தேன்.'

'நான் மாலையில் இருக்கமாட்டேன். காலையில் வரவேண்டுமென்று சொல்லவில்லையா?'

சரோஜா பதில் சொல்லாமல் உள்ளே சென்றதை சாஸ்திரிகள் மீண்டும் மீண்டும் நினைத்துக்கொண்டார். அவள் முந்தானையை இழுத்துப் போர்த்திக்கொண்டு அலட்சியமாக நடு வீட்டின் பெரிய படிக்கட்டில் அடியெடுத்துவைத்துத் தாண்டிய விதம், அப்போது அவர் கண்ணில் பட்ட அவளது நிமிர்ந்த முதுகு, நீண்ட கழுத்தின் கம்பீரம் அவரது இதயத்தில் நெருப்பை மூட்டின.

சாஸ்திரிகள் காரில் ஏறி நேராக உடுப்பிக்குச் சென்றார். எரிச்சல் கொண்ட அவரது முகத்தைக் கருணாகரப் பண்டிதன் சிரித்தபடியே வரவேற்றான்.

'என்ன சாஸ்திரிகளே, வீட்டிற்கு வாருங்கள் என்று நீங்கள் வற்புறுத்துகிறீர்கள். வந்தால் நீங்கள் இருப்பதே இல்லை. தினமும் காணாமல்போய்விடுகிறீர்கள். உங்கள் மனைவி உபசாரம் செய்து அனுப்புகிறார் என்று வைத்துக்கொள்ளுங்கள்' என்று ஒரு சிட்டிகைப் பொடி போட்டுக்கொண்டு சிநேகிதமாகச் சொன்னான்.

'உங்கள் படுக்கையறையை மாற்றிவிட்டீர்களா என்று கேட்டதற்கு உங்கள் மனைவி ஏனோ பதில் சொல்லவே இல்லை. நீங்கள் இல்லாத போது நான் அந்தக் கேள்வியைக் கேட்டிருக்கக் கூடாதோ என்னவோ? வீடு முன்னைவிட அமைதியாகத் தோன்றுகிறதா உங்களுக்கு?'

அவன் பேச்சிலிருந்த வசியத்தால் சாஸ்திரிகளுக்கு மனம் குளிர்ந்தது.

'ஏன் கேட்டேனென்றால், நான் வரும்போதெல்லாம் வீட்டின் ஓர் இருட்டான மூலையில் இன்னமும் ஒரு கோபமான பேய் எனக்குத் தென்பட்டதைப் போல இருக்கிறது. அது உங்களைப் பிடித்துக்கொள்ளத் தக்க சமயத்துக்காகக் காத்துக்கொண்டிருக்கிறது. அது சாதாரணப் பேயல்ல, ரத்தத் தாகம் கொண்ட பேய். நான் சொல்லிக்கொடுத்த மந்திரத்தைச் சதா மனத்திலேயே ஜபித்துக் கொண்டிருங்கள்.'

'மாலையில் வராதீர்கள். காலையில் வாருங்கள் என்று உங்களிடம் சொல்லிவிட்டுப் போகலாமென்று வந்தேன். மாலையில் நான் வீட்டிலிருப்பது குறைவு. எனக்கு இன்னொரு தோட்டமிருக்கிறது. அதன் பராமரிப்பையும் நானே கவனித்துக்கொள்ள வேண்டும். அதிலுள்ள தென்னை மரங்களுக்கு ஏதோ நோய் பிடித்திருக்கிறது' என்று சாஸ்திரிகள் சிநேகிதத்துடன் சொல்ல முயன்றார். ராதாவுடன் தனக்கிருந்த தொடர்பு பண்டிதனுக்குத் தெரியாது என்று எண்ணினார். ஆனால், பண்டிதன் பேயைப் பற்றிப் பேசியதைக் கேட்டு அவர் திகிலடைந்தார். அவனுக்கு எல்லாம் தெரிந்துவிடும் எனத் தோன்றியது.

'உங்களுக்குத் தலையில் சிவப்பாக என்னவோ எரிகிறாற் போலத் தெரிகிறதில்லையா? எல்லாம் சரியானால், கடவுள் அருளால் உங்கள் இதயத்திற்கு உள்ளே குளிர்ச்சியான கண்கள் திறந்ததைப் போலத் தெரியவேண்டும். அதுவரைக்கும் ரத்தத் தாகமெடுத்த அந்தப் பேய்களின் தொல்லையிலிருந்து தப்ப முடியாது. நான் நான் நான் ... என்னும் ஹுங்காரம் மறையும் வரை அமைதியில்லை. நீலவானத்தை நினைத்தபடி, மிதப்பதாகப் பாவித்துக்கொண்டு ஜெபம் செய்யுங்கள். உங்களுக்கோ உங்கள் மனைவிக்கோ ஆபத்து வந்தால் என்னை எச்சரிக்கும்படி என் இஷ்ட தேவதையை வேண்டிக் கொண்டிருக்கிறேன். காலையில் வரச் சொல்லுகிறீர்கள். அது எனக்குச் சாத்தியப்படாது. நானும் விரதமிருக்கிறேனல்லவா? நோயாளிகள் வேறு என்னைப் பார்க்க வருவார்கள்!' என்று பொடி போட்டுக் கொண்டு, 'பாருங்கள் எனக்கும் இந்தப் பழக்கம் தொற்றிக் கொண்டிருக்கிறது. இந்த உடம்போடு உள்ளவரைக்கும் நாமெல்லோரும் மனிதர்களே. குரோதம், காமம், மோகம் யாரையும் விட்டதில்லை' என்றான் பண்டிதன் தன் கூந்தலை முடிந்துகொண்டே சிரித்தபடி. அவன் கூந்தலை முடிந்துகொள்ளும்போது மிகுந்த கவர்ச்சியாகத் தோன்றி சாஸ்திரிகளைச் சுட்டெரித்தான்.

தான் ஒரு வசியத்திற்கு ஆட்படுகிறோம் என்று சாஸ்திரிகள் பயந்தார். 'நான் இல்லாதபோது நீங்கள் வீட்டிற்கு வரக் கூடாது' என்று கோபத்தோடு சொல்லத் தோன்றியது. அப்படிச் சொல்லி விட்டால் அந்தப் பண்டிதனின் வசியத்திலிருந்து அவர் விடுபட முடியுமா? அதனால் அந்தப் பேச்சு அவர் வாயிலிருந்து வெளிவரா மாலே போயிற்று. அதன் பிறகு மாலை நேரத்தில் வீட்டை விட்டுத் தான் வெளியில் போகக்கூடாதென்று நினைத்துக் கொண்டார். 'நானே இந்தப் பண்டிதனின் வசியத்திற்கு ஆட்பட்டிருக்கிறேன் என்றால், சரோஜாவின் கதி என்ன?' என்று யோசித்தபடி காரைத் தன் கிராமத்துக்கு ஓட்டினார். பண்டிதன் மகாரசிகனாகத் தெரிந் தான். அவன் ஏதோ மருந்தைச் சாப்பிடுவதாகத் தெரிந்தது. அவன் மூச்சுக் காற்றின் நறுமணம் மீண்டும் எழுந்தது. எந்தச் சந்தனத்தைப் பண்டிதன் உடம்பெல்லாம் பூசிக்கொள்கிறானோ!

வீட்டிற்கு வந்தவர் படபடக்கத் தொடங்கினார். சரோஜா அவருக்குச் சமையல் செய்து உணவு பரிமாறினாள்; தேவையான போது காபி போட்டுக்கொடுத்தாள். ஆனால் எதுவும் பேசவில்லை. அவரைத் தலைதூக்கிப் பார்க்கவில்லை. அப்படியே பார்த்தாலும், அவளது திவ்யமான அலட்சியப் பார்வைகொண்ட கண்கள் எங்கோ தூரத்தில் எதையோ காண்பதைப் போல இருந்தன. புத்தகத்தை எடுத்து உட்கார்ந்தபோது மட்டும் அவள் பார்வை படிப்பதில் ஒரேயடியாக நிலைகுத்தியிருந்தது. விருப்பத்தோடு அவள் தனக்குத் தானே பேசிக்கொண்டதாகத் தோன்றியது. பூத் தொடுக்கும்போது அவள் பற்கள் கீழுதட்டைக் கடித்தன. புன்ன கைத்தபடி பூந்தொட்டியுடன் சல்லாபத்தில் மூழ்கியிருந்ததைப் போலக் காணப்பட்டாள். இடுப்பின் மேல் கைவைத்துக்கொண்டு பாரிஜாத மரத்தைப் பார்த்தவாறு தனக்குத்தானே அவள் முணு முணுத்துக்கொண்டதும் உண்டு. அவர் தன்னைக் கவனிக்கவில்லை என்று அவள் நினைத்தபோது மட்டும் அப்படி. மற்ற நேரங்களில் அவளும் அந்த வீட்டில் இன்னொரு பேய்தான்.

இரவு அவளோடு படுக்கவேண்டுமென்று அவர் உறுதிபூண்ட தினங்களில் வேதனையடையத் தொடங்கினார். அவளுக்குப் பக்கத் தில் ஒருகணம் படுத்து, தொடர்ந்து படுக்காமல், எழுந்து நேராக ராதாவிடம் போய்விடுவார். அன்று பண்டிதன் வராமலிருக்கலாம் என்று எண்ணி வீட்டில் தங்காமல் நேராக ராதாவிடம் போனார். ராதாவோ இரவு அப்படித் தன் வீட்டிற்கு வரக்கூடாது, மனைவி யுடன் படுக்க வேண்டும் என்று பாதாம் பால் குடிக்கவைத்தபடியே அவரை வேண்டிக்கொண்டாள்.

மனைவியின் தொடை, யோனிப் பகுதிகளில் எங்கெங்கே என் னென்ன சேட்டைகளை உடலுறவுக்கு முகாந்திரமாகச் செய்து அவளை வசியப்படுத்தலாம் என்ற வசீகரிக்கும் வித்தையை ராதா தன் அனுபவத்திலிருந்து சாஸ்திரிகளுக்குப் போதித்தாள். ருசிகர

பிறப்பு

மான அந்தப் போதனைகளால் தன்னுடைய தொடர்புக்கு முன்னரே வேறு யாரோ அன்னியர்கள் அப்படியெல்லாம் அவளுக்குச் செய்திருக்கலாமென்று சாஸ்திரிகள் அவளை இம்சிக்கத் தொடங்கினார். 'நீங்களென்ன இந்த வித்தையில் குறைந்தவரா? நான் எதற்கு இதை வேறு யாரிடமிருந்தோ கற்க வேண்டும்?' என்று அவள் சாஸ்திரிகளைச் சமாதானம் செய்தபடி, 'மறந்துவிட்டீர்களா? என்னை இந்த வீட்டில் குடிவைத்த தொடக்கத்தில் நீங்கள் எனக்கு என்னென்ன செய்யவில்லை? என்னை என்னென்ன செய்யச் சொல்லவில்லை? இப்பொழுதோ உங்களை ஒரு பேய் பிடித்திருக்கிறது. அது உங்களை முட்டாளாக்கிவிட்டது' என்று சிரிக்கத் தொடங்கினாள். பண்டிதனைப் போலவே ராதாவும் பேயைப் பற்றிச் சொன்னதைக் கேட்டு சாஸ்திரிகள் அதிர்ந்தார்.

மறுநாள் சோதித்தே பார்த்துவிடுவதென்று, மாலை நேரம் ராதாவின் வீட்டிற்குப் போய், இரவு பதினொன்றரை வரைக்கும் காத்திருந்துவிட்டு, சாஸ்திரிகள் தன் வீட்டிற்கு வந்தார். வீட்டின் முன்னால் பண்டிதனின் கார் இருந்தது. அவரது இதயம் அடித்துக் கொள்ளத் தொடங்கியது. அன்று தன்னால் இரண்டு கொலை விழும் என்று அவர் பயந்தார்.

நடுங்கியபடியே வீட்டின் வாசல் கதவைத் தள்ளினார் – அது தாழிடப்பட்டிருக்கவில்லை. நடுங்கும் கோபத்திலும் என்ன நிதானம் அவருக்கு! ஆச்சரியமாயிருந்தது. ரத்தம் கொதித்தது. அவரது காது கும்மென்றது. அப்படிக் கும்மென்ற சத்தத்திற்குள் சங்கீத ஆலாபனை கேட்டதைப் போலிருந்தது. முண்டைக்குப் பிறந்தவர்கள் ரேடியோ கேட்டுக்கொண்டு தங்கள் வேலையைச் செய்துகொண்டிருந்தார்கள் என்று எண்ணினார். அவரது கால்கள் பலமிழந்தன. சங்கீதம் வந்துகொண்டிருந்தது பண்டிதன் ஒரு மாதகாலப் பூஜை நடத்திய அறையிலிருந்து. புனிதப்படுத்துகிறேனென்று அங்கேதான் அவளை அவன் நிர்வாணமாக்கியிருந்தான். இப்போது அந்த வேசி மகன் கர்ப்பதானம் செய்துகொண்டிருக்க வேண்டும் என்று எண்ணி, இருட்டில் தடுமாறியபடி பூஜை அறைக்குச் சென்றார். அதன் கதவு சாத்தியிருந்தது. தள்ளினார்.

அங்கே இரண்டு பெரிய குத்துவிளக்குகளில் பத்துத் திரிகள் எரிந்துகொண்டிருந்தன. அவைகளுக்கு நடுவே சரோஜா சடையைத் தோளின் மேல் இழுத்துவிட்டுக்கொண்டு ஒரு காலை மடித்து உட்கார்ந்து, தம்பூராவை மீட்டியபடி பாடிக்கொண்டிருந்தாள். தடாரென்று அவர் கதவைத் திறந்தாலும் அவள் கண்கள் மூடியே இருந்தன. அவர் வந்தது ஒரு பொருட்டல்ல என்பதைப் போலத் தாய் வீட்டிலிருந்து கொண்டுவந்திருந்த தம்பூராவை மீட்டிக்கொண்டிருந்தாள். அவள் சங்கீதம் கற்றிருந்தாள் என்பது மட்டும் அவருக்குத் தெரியும். ஆனால் அவள் பாடி அவர் கேட்டதில்லை. அவளுக்கு எதிரே பத்மாசனம் போட்டுப் பண்டிதனும் அமர்ந்திருந்தான்.

சாஸ்திரிகள் வந்ததைக் கவனித்து அவரைப் பார்க்காமல் அவரையும் தன்னோடு உட்காரும்படி சைகை செய்தான். அவளோடு ஆலாபனையில் கலக்கத் தொடங்கினான். அவளோடு ஆலாபனையில் சேர்வது, அவள் விட்ட இடத்திலிருந்து தொடர்வது, மீண்டும் அவள் எதிர்பார்த்தபடி சேர்ந்துகொள்வது – இப்படி.

அட, அவன் தன் வீட்டில் தன்னையே உபசரிக்கிறானென்று சாஸ்திரிகள் ஆச்சரியப்பட்டார். என்ன செய்வதெனத் தெரியாமல் அமைதியாக உட்கார்ந்தார். சரோஜா தன் சங்கீதத்தை நிறுத்தித் தம்பூராவைக் கண்களில் ஒற்றிக்கொண்டு கீழே வைத்தாள். குத்துவிளக்கின் குளிர்ந்த மங்கிய விளக்கொளியில் எதுவும் தெளிவாகத் தெரியவில்லை. தன் தலையில், சிவந்த கண்கள் திறந்துகொள்ளத் துடிக்கின்றன என்று சாஸ்திரிகள் மூச்சைக் கெட்டியாக இழுத்துப் பிடித்துக்கொண்டார். பண்டிதனையோ சரோஜாவையோ அடித்துக் கொல்லாமல், தான் ஆண்மையற்றவராகிவிட்டதாக எண்ணி மனம் குன்றினார்.

சங்கீதம் முடிந்த பிறகு மறுநாள் திரும்ப வருவதாக அவளிடம் மட்டும் சொல்லிக்கொண்டு வெளியே சென்ற பண்டிதன் செருப்பைப் போட்டுக்கொள்ளும் சத்தம் கேட்டது. மேலும் அவன் தன் காரை ஸ்டார்ட் செய்யும் சத்தம். ஸ்டார்ட் செய்து அதைக் கியரில் செலுத்தும் சத்தம். எல்லாச் சத்தமும் கரைந்த மௌனம். பிறகு அவ்வப்போது மாட்டுக்கொட்டகையில் அசைபோடும் மாடுகளின் கழுத்து மணிச் சத்தம். பிறகு எந்தச் சத்தமும் இல்லை. பேய்கள் மட்டும் குறுக்கு மறுக்காகப் பாதங்களைச் சத்தமில்லாமல் பதித்தபடி சஞ்சரித்தபடி இருந்திருக்க வேண்டும்.

எதுவுமே நடக்காததைப் போல எழுந்து சரோஜா படுக்கையறைக்குச் சென்றாள். தான் இறந்துபோய் ஆவிக்குச் சமமாகிவிட்டதாக சாஸ்திரிகள் இடிந்துபோய் உட்கார்ந்திருந்தார்.

பிறகு அவருக்கு என்னவாயிற்றோ, அடர்ந்த காட்டில் புதர்களுக்கு நடுவே ரகசியமாகச் சஞ்சரிக்கும் குரூர விலங்கைப் போல மூடிய வாயினால் பயங்கரமான சத்தம் எழுப்பத் தொடங்கினார். அந்தச் சத்தம் தீர்க்கமாயிருந்ததது. அது அதிகரித்துக்கொண்டே போய் அப்படியே குறைந்து குறைந்து மௌனமாகி, மீண்டும் மௌனமாகவே பயம் அதிகரித்துக்கொண்டிருந்தது. அது வேதனையின் சத்தத்தைப் போலவும் பசித்த விலங்கு பிளிறிட்டதைப் போலவும் இருந்தது. அது மனித விலங்கு எழுப்பும் சத்தத்தைப் போல இல்லை. எந்தக் குரூரமான பேச்சையும் ஒத்திராத, பேச்சின் ஆவியைப் போன்றிருந்ததைத் தன் உடம்பு உற்பத்தி செய்திருக்கிறதென்றும், உள்ளுக்குள் தான் கர்வமடைந்து மூழ்குவதாகவும் சாஸ்திரிகளுக்குத் தோன்றியது. சரோஜாவின் திவ்யமான தொண்டை சிறிது நேரத்துக்கு முன்பு உற்பத்தி செய்த ஆலாபனையின் அலைகளைத் துவம்சம் செய்யும், பாஷையைத் தின்னும், எல்லா சௌந்தர்யங்களையும்

இகழ்ந்து நாசம் செய்யும் கொடுமையாக அது ஆகியிருந்தது. மரம் செடிகளைப் பராமரிப்பதும் பறவைகளைக் கொண்டு அவற்றின் குஞ்சுகளை வளர்ப்பதற்குக் கூடு கட்டவைப்பதும் புழு பூச்சிகளுக்கு நகரும் வலிமை தருவதுமான இந்தப் பூமியின் உன்னதத்து ஆதரவை அழிக்கும் அந்த அட்டகாசத்தில் ஊளை யிட்டபடியே சாஸ்திரிகள் நீண்ட அடியெடுத்துவைத்துப் படுக்கை அறைக்குச் சென்றார். விளக்கை ஏற்றிப் பாதித் தூக்கத்தில் புன்னகைத்துக்கொண்டிருந்த சரோஜாவைப் பார்த்தார்.

பேய்கள்கூட அப்படிப்பட்ட புணர்ச்சியில் ஈடுபட்டிருக்க முடியாது. சரோஜாவின் ஆடைகளைக் கிழித்து வீசி ஊளையிட்டபடியே அவள் உடம்பின் மீது ஏறிவிழுந்தார். அவளுக்குள்ளே சில்லிட்டு ஆழமாகப் படிந்துவிட்ட வைராக்கியத்தை, தன்னை நிராகரிக்கும் அவளது திவ்யமான அலட்சியப் பார்வையைக் கசக்கிச் சாகடிக்கும் விதமாகப் புணரத் தொடங்கினார். அவளும் தன்னைப் போல வேதனைக் குரல் எழுப்பாததும் தன்னைச் சாகடிக்கும் விதமாக அவளது கண்கள் ஒளிராததும் அவரது கொடுமை தன்னைத் தாக்காதது போல அவள் சகித்துக்கொண்டிருந்ததும் அவரது அட்டகாசம் மேலும் அதிகரிக்கக் காரணமாயின.

அவளும் கடைசியில் இளகிவிட்டிருக்கலாம் என்று அவர் பிற்காலத்தில் யோசித்ததுண்டு.

ராதாவின் வீட்டிற்குப் பக்கத்தில் காரை நிறுத்தி இறங்கும் போது இவையெல்லாம் அவரது நினைவுக்கு வந்தன.

. 8 .

அது ஒரு கொடூரமான அமாவாசை இரவு. அன்று சாஸ்திரிகள் சரோஜாவைக் கொன்றார். அப்படியென்று தினகரனின் கழுத்திலிருந்த தாயத்தைப் பார்க்கும்வரை அவர் நினைத்துக் கொண்டிருந்தார்.

பண்டிதன் தினமும் மாலையில் வரத் தொடங்கியிருந்தான். நன்னடத்தையின் எந்தச் சங்கோஜமும் அவனிடம் இல்லை. சரோஜாவுக்குச் சங்கீதம் கற்பித்தது அவனுக்கு ஒரு சாக்கு. மேலும் வீட்டின் புழக்கடையில் அவனுடைய மூலிகைச் செடிகளை வளர்த்துக்கொள்ளும் திட்டம் வேறு. புழக்கடையில் ஒரு செம்மண் குழி இருந்தது. ஆளுயரம் தோண்டி எடுத்தும் அதில் செம்மண் இருந்தது. அவனே ஒத்தையாளாக மேலும் செம்மண்ணைத் தோண்டிக் குழிக்கு மேல் குவித்திருந்தான். தான் நட்டிருந்த புதுப் புது மூலிகைச் செடிகளின் அடித்தண்டுகளுக்குச் சரியான அளவில் அதைத் தினமும் போட்டான். வெளியிலிருந்து கொண்டுவந்த அந்த மூலிகைச் செடிகளுக்குத் தினமும் தவறாமல் தண்ணீர் விடுவது சரோஜாவின் வேலை.

அவள் செம்மண் சுமந்து செல்வதை சாஸ்திரிகள் கண்டதுண்டு. அவருக்குள்ளிருந்து பிளந்துகொண்டு அட்டகாசத்துடன் கர்ஜித்த குரல் வரவர ஒரு விகாரமான சுருதியைப் போல, நாடித் துடிப்பைப் போல, மெல்லியதாக அவருக்குள் வேதனைக் குரல் எழுப்பிக் குத்தியது.

ஒரு நாள் மாலை, புழக்கடையில் அந்தப் பண்டிதன் வேட்டியைத் தூக்கிக்கட்டிக்கொண்டு நின்று, சரோஜாவுக்கு மட்டும் கேட்கும்படி, 'இது விஷ்ணுகந்தி, இது பிருங்கம்' என்று விளக்கி அவளைச் சுற்றியும் தன் சந்தன வாசனையைப் பரப்பிக்கொண்டிருந்தான். அவளது உள்ளங்கையில் மூலிகைச்செடிகளின் இலைகளை வைத்து விளக்கி, தானே அதை அவள் கையில் தேய்த்து, முகர்ந்து பார் என்றும்

அவனே அவள் வாயில் வைத்து நக்கிப் பார் என்றும் சொல்லிக்கொண்டிருந்தான். சாஸ்திரிகள் அருகில் சென்று பேயைப் போல நின்றாலும் அவரை அவன் பொருட்படுத்தவேயில்லை. முடி அடர்ந்த நேரான அவனது கால்களைக் கண்டு அவர் இதயம் அடித்துக்கொள்ளத் தொடங்கியது. பிளிறிடும் குரூரமான தம்பூராவைப் போல அவரது முழு உடலும் நடுங்கத் தொடங்கியது.

தான் ஆண்மையற்றுப் போய்விட்டதாக சாஸ்திரிகள் நினைத்தார். அவன் பூஜை அறையில் அமர்ந்து அவள் சுருதிக்குத் தன் சுருதி சேர்த்து, இரண்டு சுருதிகளும் ஆண்–பெண் குரல்களின் இணைவாகி அலை அலையாகப் பரவித் தீவிரமடைந்ததைக் கேட்டுக்கொண்டிருந்ததில் அவருக்குக் காம உணர்வு மிகுந்ததும் உண்டு. அப்பொழுது அவர் நேராக ராதாவின் வீட்டுக்குப் போவார். ஆனால் அவர் அங்கும் ஆண்மையற்றே இருந்தார்.

ராதா தான் நம்பிய பூதத்துக்கு வேண்டுதல் செய்துகொண்டு தினமும் நெய்த் தீபம் ஏற்றத் தொடங்கியிருந்தாள். சாஸ்திரிகளுக்குக் குழந்தைப் பாக்கியம் கிடைக்கட்டும், அவரை வருத்திய பேய் அவர் வீட்டைவிட்டுத் தொலையட்டும், சரோஜா தன் உறைந்துபோன விரக்தியிலிருந்து விடுபட்டுப் பதிவிரதையாக மலர்ந்து அவளது ஜட கர்ப்பத்தில் சாஸ்திரிகளின் ஆண்மைக்கு இடம் கொடுக்கட்டும் என்பது அவள் பிரார்த்தனை. அது சாஸ்திரிகளுக்கும் தெரிந்திருந்தது.

'நாளை, நாளை, நாளை ...' மாயாவியான பண்டிதனைக் கண்டித்து, அவன் முகத்தில் காறி உமிழ்ந்துவிட வேண்டுமென்று சாஸ்திரிகள் தனக்குத்தானே தைரியம் சொல்லிக்கொள்வார். மீண்டும் கோழையாகி விடுவார். ஆனால் முடி நிறைந்த மார்பையும் கால்களையும் கொண்ட அந்தப் பண்டிதனோ திரிவிக்ரமனைப் போல வளரத் தொடங்கினான். பண்டிதன் பூஜையறையில் சரோஜாவுடன் உட்கார்ந்திருப்பதைப் பார்த்ததும், 'சங்கீதம் கற்றுக்கொடுத்து ஒழியட்டும்' என்று தன் மனவுறுதியைக் கைவிடுவார்.

ஒரு நாள் பாதி ராத்திரியில் வீட்டிற்குப் போய்ப் பார்த்தால், பண்டிதன் அவரது வீட்டு அலுவலக அறையில் படுத்துத் தூங்கிக் கொண்டிருந்தான். அவரது காரை நிறுத்த வேண்டிய இடத்தில் அவனுடைய தரித்திரம்பிடித்த காரை நிறுத்தியிருந்தான். படுக்கையறையில் சரோஜா அமைதியாகத் தூக்கத்தில் ஆழ்ந்திருந்தாள்.

பண்டிதன் சரோஜாவைப் புணர்ந்திருந்தால் எப்படிப் புணர்ந்திருப்பான் என்று கற்பனை செய்துகொண்டு, அவளைத் தூக்கத்திலிருந்து எழுப்பிப் புணர்ந்தார். முடிந்ததும், அவள் எழுந்து சென்று குளித்துவிட்டு வந்தாள். அவருக்கு அவளைக் கொன்றுபோட்டுவிட வேண்டுமெனத் தோன்றியது. தானே அந்த வீட்டில் பேயாகிவிட லாமெனப் பல்லைக் கடித்துக் கொண்டு, அவள் பக்கத்தில் படுக்க முடியாமல் இன்னோர் அறையில் பாயில் படுத்தார். பண்டிதன் தூக்கத்தில் அசைவதை இரவு

முழுக்கக் கவனித்தபடி, சாஸ்திரிகள் அந்தக் கொடூரமான இரவைக் கழித்தார்.

காலையில் அரைத்தூக்கத்திலிருந்த சாஸ்திரிகள் எழுவதற்குள்ளாகப் பண்டிதன் சரோஜா போட்டுக்கொடுத்த காபியைக் குடித்திருக்க வேண்டும். அவன் படுத்திருந்த படுக்கை ஒழுங்காக மடித்து வைக்கப்பட்டிருந்தது. சரோஜாவே அதைச் செய்திருக்க வேண்டும். பண்டிதன் அதற்குள்ளாக உடுப்பியை அடைந்து குளித்து முடித்துச் சந்தனத்தைப் பூசிக்கொண்டு தன் மயக்கும் வித்தையின் தியானத்தில் ஈடுபட்டிருக்க வேண்டும் என்று ஊகித்தார்.

அவரது வீட்டுக்குப் பின்னால் ஒரு பெரிய குன்று. குன்றின் மேல் சிறுத்தைகள் நடமாடும் அடர்ந்த காடு. வீட்டிற்கு முன்னே பெரிய முற்றம். முற்றத்தைத் தாண்டி அரை மைல் தொலைவில் அவரது தோட்டம். அவரது இதரத் தோட்டங்கள், வயல்கள் அங்கேயே ஊருக்கு ஒதுக்குப்புறத்தில். வீட்டிற்கு அருகில் ஆள்காரர்கள் கூட வரமாட்டார்கள். சொத்தைப் பராமரிக்க ஒரு மானேஜர் இருந்தான். ஆள்காரர்களின் கொட்டகைகளுக்குப் பக்கத்தில் அவனுக்கொரு சாதாரண ஓட்டுவீடு. சாஸ்திரிகள் அங்குச் சென்று அந்நேரம் வரை ஏன் ஆள்களை வேலைக்கு அனுப்பவில்லை என்று மானேஜரை அதட்டி, தன் மற்ற தோட்டங்களைப் பார்த்து வரச் சென்றார்.

ராதாவின் வீட்டுக்குப் போய்க் கொஞ்சம் வாழைப்பழம் தின்று சூடான பால் குடித்தார். அவள் சுட்ட தோசையை அவர் தின்பதாகச் சொன்னதற்கு, ‘என் வீட்டில் அதெல்லாம் கூடாது’ என்று அவள் சிரித்துவிட்டாள். தன் மடித்தனத்தை அவள் அனுசரிப்பதைக் கண்டு தான் இன்னும் ஆவியாகிவிடவில்லை என்று நினைத்துக்கொண்டு, சாஸ்திரிகள் விகாரமாகச் சிரித்தார். அவர் விகாரமாகச் சிரித்ததைக் கண்ட ராதா பூஜையறைக்குச் சென்று எரியும் விளக்குத் திரியைத் தூண்டி வெளிச்சத்தை மேலும் கூட்டி, ‘காப்பாற்று’ என்று வேண்டிக்கொண்டாள்.

சாஸ்திரிகளுக்குப் பசிக்கவே இல்லை. அங்கே இங்கே சுற்றிவிட்டு மத்தியானம் சுமார் மூன்று மணிக்கு வீட்டிற்கு வந்தார். முற்றத்தில் ஓர் ஆள்காரன் நின்றிருந்ததைப் பார்த்து, ‘மாடு மேய்ப்பதைவிட்டு உனக்கு இங்கே என்ன வேலை?’ என்று அதட்டினார். ‘அம்மா பழையது கொடுப்பதாகச் சொன்னார்’ என்று அவன் குனிந்து வணங்கினான். அவருக்காகப் பொங்கிய சாதத்தையும் குழம்பையும் சரோஜா அவனுக்குக் கொட்டிவிட்டு உள்ளே போனாள். இனியென்ன பண்டிதன் வரும் நேரம் என்று சாஸ்திரிகள் நினைத்துக்கொண்டிருந்தபோதே தனக்குள் ஊளை தொடங்கியதைக் கவனித்து, அது ஆவேசம் கொள்ளக் காத்திருந்து அலுவலகத்தில் உட்கார்ந்தார். ‘இன்றைக்குத்தான் கடைசி’ என்று சங்கல்பம் செய்து கொண்டார். அப்பொழுது பெரிய கடிகாரம் நான்கு மணியைக் கும்மென்று அவர் காதுக்குள் அடித்தது நினைவுக்கு வந்தது.

பிறப்பு

இருந்திருந்தாற்போலக் குளியலறையில் வாந்தியெடுக்கும் ஓசை கேட்டது. எழுந்து சென்று பார்த்தால் சரோஜா வாந்தி வராமல் வாந்தியெடுக்க முயற்சித்துக்கொண்டிருந்தாள். கண்கள் இருண்டு சாஸ்திரிகள், 'முண்டச்சியே கர்ப்பமாகிவிட்டாயா?' என்று பேயைப் போலக் கேட்டார். அவள் குனிந்து நின்று கழுத்தைத் திருப்பியது வாந்தியாகட்டும் என்றா அல்லது 'ஆமாம்' என்று அவருக்குப் பதில் சொல்வதற்கா என எல்லாம் முடிந்த பிறகு அவர் யோசித்த துண்டு. ஆனால் அவள் 'ஆமாம்' என்று பதில் சொன்னதாகவே அப்போது அவருக்குத் தோன்றியது. சரோஜா நேராக நின்று, சொம்பிலிருந்த தண்ணீரில் வாய்கொப்பளித்தாள். அவருக்கு எதிரில் அப்படியே நின்றுவிட்டாள்.

'அந்தப் பண்டிதனுக்குப் பிள்ளையுண்டாகிவிட்டாயா, பாதகி?' என்று ஊளையிட்டபடி அவருக்குள்ளிருந்த பேய் விகாரமாகச் சிரிக்கத் தொடங்கியது. அப்போது சரோஜா அமைதியாக நின்றிருந் தாள். மூச்சுவிடும்போது ஏறி இறங்கிய அவள் இடது மார்பின் மேல் பெரிய தாயத்து இருந்தது. ஏன் அவர் அந்தக் கணத்தில் அவ்வளவு முழுமையாகத் தன்னை மறந்துபோனார்? அவளது அலட்சியமான கண்களின் தெய்வீக அழகைக் கண்டு பொறுத்துக் கொள்ள முடியாமல்போனார்? அந்தக் கண்கள் 'அதைக் கேட்க நீ யாரடா வேசிமகனே?' என்றதைப் போல அவருக்குத் தோன்றியதா அல்லது அடுத்து நிகழவிருந்த கொடூரமான செயலுக்குத் தயாராகும் படி அவரது அந்தப் பிறப்பு அவரை அப்படி நினைக்கவைத்ததா?

நீர் காய்ச்சும் அண்டாவின் மேலே மூடியிருந்த கனமான பல கையை எடுத்துக்கொண்டார். அப்பொழுது அவள் தன் இரண்டு கைகளையும் நெற்றியின் மேல் வைத்துக்கொண்டு தலையைக் குனிந் தாள். ஆனால் அது கெஞ்சியவிதமாகவா பயத்தினாலா என்று அவ ருக்குத் தோன்றவில்லை. பசுக்களின் கழுத்து முடிச்சை அவிழ்க்கப் போகும்போது அவை கழுத்தை ஆட்டித் தப்பிக்கப் பார்ப்பதைப் போல அவள் செய்தாள். மேற்கொண்டு எதுவும் தெரிந்துகொள் வதற்குள்ளாக இரண்டு மூன்று முறை அவளை அடித்தார். ரத்தம் ஜல்லென்று அவர் முகத்தில் பீறிட்டது. சரிந்து விழுந்த அவளைத் தன் இரண்டு கைகளாலும் தூக்கிக்கொண்டு பேயைப் போல அட்டகாசத்துடன் நீண்ட அடியெடுத்து வைத்துக் குளியலறையில் இருந்து புழக்கடைக்கு வந்தார். இறந்தவளைப் போலத் தன் தோளில் விழுந்திருந்த சரோஜாவைச் செம்மண்ணின் ஈரக் குழியில் வீசி, ஊளையிட்டபடி உள்ளே போய் உடை மாற்றி, ரத்தத்தால் நனைந் திருந்த தன் உடைகளைச் செம்மண் குழியில் விழுந்திருந்த அவள் மேல் வீசிவிட்டுத் தன் காரை எடுத்துக்கொண்டு வேகமாக ஓட்டி னார். தலையின் பின்புறம் அடிபட்டு நினைவு தவறிய சரோஜா இறந்திருப்பாளா என்ற சந்தேகம் அப்போது அவருக்கு ஏன் உண் டாகவில்லை? துரதிருஷ்டவசமாக அப்படி ஒரு வேளை அவள் பிழைத்திருந்தால் மீண்டும் அடி வாங்கியே இறந்துபோயிருப்பாள்.

• அனந்தமூர்த்தி •

இனியென்ன, பண்டிதன் வந்துவிடுவான். பார்த்துவிடுவான். போலீசில் புகார் கொடுப்பான் என்றெண்ணி, அவனையும் கொன்று குழியில் வீசிவிட்டுக் கேரளாவுக்குப் போய் அங்கே சில நாள்கள் தங்கிவிடுவதென்று காசர்கோடு பக்கமாகச் சென்றுகொண்டிருந்த வர் காரைப் பின்னுக்குத் திருப்பி மீண்டும் அவர் வீட்டிற்கு வந்த பொழுது இரவு எட்டுமணியாகியிருந்தது. அமாவாசை இருட்டு கவிந்திருந்தது. ஆவேசத்தில் வீட்டைப் பூட்டிவிட்டுச் செல்ல அவர் மறந்துவிட்டிருந்தார். வீட்டிற்குள்ளே அமைதியாக இருந்தது.

பண்டிதன் வந்துவிட்டுப் போயிருக்கலாமோ? இனி வந்துவிடு வானோ என்று எண்ணியபடி, இருட்டில் நேராகச் செம்மண் குழிக்குப் போய் மேலே குவிந்திருந்த செம்மண்ணையெல்லாம் ஒரு மணி நேரம் மண்வெட்டியால் இழுத்து இழுத்து மூச்சிரைக்கக் குழியை நிரப்பினார். பிணத்தை மூடியாயிற்று; மறுநாள் காலை எழுந்து நிலம் சமமாகும்படி மேலும் கொஞ்சம் மண்ணை மூடி, அங்கொரு பலாச்செடியை நட்டுவிட வேண்டும் என்று எண்ணி, வீட்டிற்கு எதிரே கத்தியைப் பிடித்துக்கொண்டு உட்கார்ந்தார். பண்டிதனைக் கொல்வதற்காகக் காத்திருந்தார்.

நடுநிசியாகியும் பண்டிதன் வரவேயில்லை. 'அட, அந்த மாயாவி வந்துவிட்டுப் போயிருக்கலாமோ? போலீசில் புகார் கொடுத்துவிடு வானோ?' என்ற எதிர்பார்ப்புடன் தூங்காமல் காத்திருந்தார். யாரும் வரவில்லை. போலீஸ் வரவில்லையென்று சமாதானமடைந்தார்.

விடிந்த பிறகு, குழிக்கு வெளியே மீதமிருந்த மண்ணை இழுத்துப் போட்டார். வீட்டிற்குப் பாதுகாப்பான பூட்டுப்போட அவர் மறக்க வில்லை. காரை எடுத்துக்கொண்டு நேராக மங்களூருக்குப் போய் அங்கே ஒரு ஹோட்டலில் தங்கினார். ஆதங்கத்துடன் இரண்டு நாள்கள் காத்திருந்துவிட்டு, தான் பத்திரமாக இருப்பதற்காக ஆச்சரியப்பட்டு வீட்டிற்குத் திரும்பினார்.

செம்மண் குழி அவர் மூடியதைப் போலவே இருந்தது. முற்றத் தில் பண்டிதனின் கார்ச் சக்கரத்தின் அடையாளம் இருந்தது. 'நான் கொலை செய்த பிறகு வீட்டை விட்டு வெளியே சென்ற நேரத்தில் அவன் வந்து போனதன் அடையாளமோ?' என்று அனுமானித்தபடி அவர் பூஜையறைக்குப் போனார். அங்கே அவரது இரும்புப் பெட்ட கத்தின் கதவு திறந்திருந்தது. அதற்குள் தங்கம் வைத்திருந்த ட்ரங்க் பெட்டி இல்லை. சாஸ்திரிகளுக்குக் கொலை செய்த ஆதங்கம் மறைந்து பண்டிதன் மேலிருந்த குரோதம் நிலைக்கத் தொடங்கியது.

களவாடி மறைந்துவிட்டான் மாயாவி. அவன் கண் வைத்திருந் தது தங்கத்தின் மீதுதான்; சரோஜாவின் மீதல்ல. ஆனால் அவளைக் கர்ப்பவதியாக்கிவிட்டான் மாயாவி என்று வியாபாரரீதியாகக் கணக்குப் போட்டு, அவனே கொலை செய்துவிட்டான் என்று புகார்கொடுத்துவிடலாமா என்று தனக்குத்தானே விவாதித்தபடி

· 52 ·

• பிறப்பு •

காரை எடுத்துக்கொண்டு உடுப்பிக்குப் போய்ப் பண்டிதனின் கடைக்கு எதிரே நிறுத்தினார்.

கடை மூடியிருந்தது. 'எங்கே?' என்று சிவந்த தன் கண்ணைத் திறந்து பக்கத்துக் கடைக்காரனைக் கேட்டார்.

'அன்றைக்கு ஒரு நாள் மாலை நேரம்... மூன்று தினங்களுக்கு முன்னால்... ஆமாம், அமாவாசை தினம் புதன்கிழமை மாலை போனவர் திரும்ப வரவில்லை. உங்கள் வீட்டிற்குப் போயிருப்பார் என்று நினைத்துக்கொண்டேன்' என்ற பக்கத்துக் கடைக்காரன் காமத் அவனுடைய பேச்சில் இங்கிதம் இருந்ததைப் போலப் போலியாகச் சிரித்தானோ? அவனும் அவர் வயதொத்தவனே. பிள்ளை குட்டிகளுடன் லாரியும் வைத்துக்கொண்டு வசதியாக இருந்தான். தான் அவனுக்குக் கொலைகாரனாகத் தோன்றவில்லை என சாஸ்திரிகள் சமாதானமடைந்தார். அவன் அவரை ஒரு வாடிக்கை யாளராக மட்டுமே நினைத்து, 'ஐதராபாத் பக்கத்து நல்ல துவரம் பருப்பு தருவித்திருக்கிறேன். ஒரு மூட்டை மட்டும் மீதமுள்ளது. எடுத்து உங்கள் காரில் வைக்கட்டுமா?' என்றான். வேண்டாமென்று நேராக அவர் ராதாவின் வீட்டிற்குப் போனார்.

அத்தனை நாள் வராத அவரை வரவேற்ற ராதா அவர் நெற்றியைத் தொட்டு, 'ஐயோ, காய்ச்சல்' என்று, படுக்கை விரித்து அவரைப் படுக்கவைத்த பின், அவர் முதல் முறையாக அவளிடம் ஒரு பொய் சொன்னார்.

'மூன்று தினங்களுக்கு முன்னால் அந்தத் தரித்திரம் பிடித்தவள் பண்டிதனுடன் ஓடிப்போய்விட்டாள். அந்தத் தேவடியாள் இரும்புப் பெட்டகத்திலிருந்த தங்கத்தையும் திருடிக்கொண்டு போய்விட்டாள்' என்றார். பண்டிதனின் மேல் கொலைப் புகார் கொடுக்கவும் வேண்டாம், கிரிமினல் வழக்கின் தொல்லையும் வேண்டாம் என்று களைத்துப்போன அவரது வியாபாரப் புத்திக்குப்பட்டது.

வீட்டிற்கு வந்து வயலிலிருந்து மண் தருவித்துச் செம்மண் குழியை முழுவதும் மூடினார். ஒரு பலாக் கன்றைத் தருவித்து, குழியின் நடுவில் தானே அதை நட்டார். 'இதன் சுளை தேன்போலச் சுவையாயிருக்கும்' என்று பார்த்தவர்களிடமெல்லாம் சொன்னார். எரிச்சல்படும் முகத்தைக்கொண்ட சாஸ்திரிகளின் திடீர் நட்புணர் வால் மக்கள் ஆச்சரியமடைந்தார்கள்.

. 53 .

. 9 .

டாக்சியிலிருந்து இறங்கிய சாஸ்திரிகள் விசிலடித்தபடி ஜாலியாக இருந்த டிரைவரைக் காத்திருக்கச் சொல்லித் தன் பையை எடுத்துக் கொண்டு ராதாவின் வீட்டுக்குள் நுழைந்தார்.

'இதோ மெட்ராசிலிருந்து உனக்காக வாங்கி வந்த சேலை' என்று கொடுத்தார். ராதா மகிழ்ச்சியடைந்தாலும் சாஸ்திரிகளின் மனம் வேறெங்கோ இருந்ததைக் கண்டு 'என்ன விஷயம்?' என்று கேட்டாள். சாஸ்திரிகள் சொன்ன பதிலில் இருந்த சமாதானம் அவருக்கே ஆச்சரியத்தை அளித்தது. 'உன்னிடம் ஒரு பொய் சொன்னதாக நினைத்துக்கொண்டிருந்தேன். ஆனால், அதுவே உண்மையென்று நாற்பத்தைந்து வருடங்களுக்குப் பிறகு நினைக்கத் தோன்றுகிறது' என்று உண்மை நிலையை விவரமாகச் சொன்னார்.

'சரோஜாவின் கழுத்திலிருந்த தாயத்தை நான் மறுபடியும் பார்த்தேன். நான் மீண்டும் செத்துப்பிழைக்க அது ஓர் அறிகுறியாகி விட்டது' என்று பெருமூச்சுவிட்டார்.

'ஆனால் அவன் என் மகனா அல்லது பண்டிதனின் மகனா என்பதை எப்படிச் சொல்லட்டும்? என் இரண்டாம் மனைவி மகாதேவிக்குப் பெண் பிறந்த பிறகு சரோஜா எனக்குத்தான் கர்ப்பம் தரித்தாளோ என்னவோ என்று சந்தேகம் ஏற்பட்டது. நான் அவளைக் கொன்று என் குழந்தையையும் கொன்றதால் நரகத்தில் உழல வேண்டுமென்று இப்படியெல்லாம் வேஷம் போட்டுக் கொண்டு புராணப் பிரசங்கத்தில் வாழ்க்கையைக் கழித்து வந்தேன். எனக்குப் பிறந்த மகளையே கொன்றுவிடுமளவு எனக்கு ஆத்திரம் வரவில்லையா? அவள் எனக்குத்தான் பிறந்தாளோ என்ற சந்தேகம் வரவில்லையா! அவள் என்னிடமிருந்து விலகிப்போனாள். இப் போது மகாதேவிக்கு என்னைச் சாகடிக்க வேண்டும் என்கிற அள வுக்குக் கோபம் வருகிறது. எனக்கும் கோபம் வருகிறது. ஆனால், உன்னோடு இப்படிப் பேசிக்கொண்டிருக்கும் நான் யார்? அவன் என் மகன்தானோ என்ற சந்தேகத்துடன் இடித்த அவலை அவன் தின்பதைப் பார்த்துப் பாசம் பொங்கிய அந்த நான் யார்?'

பிறப்பு

சாஸ்திரிகளுக்குத் தொண்டை அடைத்தது. தான் ராதாவின் இரக்கத்தைப் பெற்று நரகத்தை எதிர்கொள்ள முடியாத கோழையாகி விடக் கூடாது என்று எண்ணிப் பதிலுக்காக அவளைப் பார்த்தார்.

'இங்கேயிருக்கிற ஆள்காரர்கள் எல்லாம் நீங்களே உங்கள் மனை வியைக் கொன்று செம்மண் குழிக்குள் தள்ளிவிட்டதாகப் பேசிக் கொண்டார்கள் என்பதை நான் உங்களிடம் சொல்லவில்லை. அத னால்தான் அங்கே நட்ட பலாமரம் காய்க்கவில்லை என்று சொல் கிறார்கள். உங்களை வேதனைப்படுத்தக் கூடாதென்று அதை நான் உங்களிடம் சொல்லவில்லை. கடவுள்தான் உங்களைக் காப் பாற்றினார்' என்ற ராதா பால், பழம் கொண்டுவருவதற்காக உள்ளே சென்றாள். திரும்பி வந்தவள் கீழே உட்கார்ந்து அவர் காலைப் பிடித்துவிடத் தொடங்கினாள். வேண்டாமென்று காலை இழுத்துக் கொண்ட சாஸ்திரிகள், 'செம்மண் குழியிலிருந்து அவளையும் இரும்புப் பெட்டகத்திலிருந்து தங்கத்தையும் அவன் எடுத்துக் கொண்டு பாதி உயிர் போயிருந்த அவளை மீண்டும் பிழைக்க வைத்திருக்க வேண்டும். அவன் திருடனல்ல என்று தோன்றுகிறது. எல்லாத் தங்கமும் அவள் ஆற்றோடு போகும்வரை அவளிடமே இருந்திருக்கிறது. ஏன் அவனும் அவளைவிட்டுப் போனான்? அல்லது அவன் இறந்து அவள் நிர்க்கதியாகித் திரிபாதியின் வீட்டை அடைந்தாளோ? மகனுக்கு ஐந்து வயதாகிற வரையாவது அவள் பண்டிதனோடு வாழ்ந்திருக்க வேண்டும். நெற்றியில் குங்குமத்தோடுதான் அவள் திரிபாதியின் சத்திரத்திற்குப் போனாள் என்று கேள்விப்பட்டேன்' என்றார். சிறிது நேரம் மௌனமாக இருந்தார்.

'எனக்கு அப்படித் தோன்றக் கூடாதுதான். ஆனாலும் தோன்று கிறது. அவன் பண்டிதனின் மகனாகவே இருக்கலாமில்லையா? அல்லது பேயைப் போல ஊளையிட்டபடி நானே அவனைப் பிறப்பித்திருக்கலாம். எனக்கு இப்போது எதுவும் தெளிவாகவில்லை. அது சரோஜாவா அல்லது அவளைப் போல வேறு யாரோவா?' என்ற சாஸ்திரிகள், 'கடவுளே எனக்குள்ளிருக்கும் பிசாசுத்தனமான சந்தேகங்களிலிருந்து என்னை விடுதலை செய்' என்று மௌனமாக வேண்டினார்.

ராதா அவர் அருகில் வந்து உட்கார்ந்து அவர் கைகளை இத மாகப் பிடித்து, 'அவனை உங்கள் மகனாகவே நினைத்துக்கொள்ளுங் கள்' என்றாள்.

'ஒரு கணம் அப்படியே தோன்றுகிறது. அடுத்த கணம் பண்டிதன் அவனைப் பிறப்பித்தானோ என்று வயிற்றில் நெருப்பு விழுந்ததைப் போல இருக்கிறது' என்ற சாஸ்திரிகள் பாலைக் குடிக்காமலே எழுந்தார்.

ராதா 'ஏன்?' என்று கேட்டதற்கு, 'இனிமேல் ஏகாதசி தினத்தன்று பால் குடிப்பதையும் விட்டுவிடுகிறேன்' என்றார்.

. 10 .

சாஸ்திரிகளை வருத்திய பேயிடமிருந்து அவர் உடனே விடுபடு வதற்கான அறிகுறிகளை ராதா கண்டாள். அவரது முக்திக்கு மிக அவசியமான ரகசியம் ஒன்றைத் தன் இதயத்தில் ஒரு வருடமாகப் பூட்டிவைத்திருந்தாள். இனியென்ன சில தினங்களில் அதை அவ ருக்கு வெளிப்படுத்திவிடலாம் என்று நம்பிக்கையோடு அவரைப் பார்த்தாள்.

ராதாவின் நரைத்த கூந்தலையும் சுருக்கம் விழாமல் அழகாயிருந்த முகத்தையும் பார்த்தபடியே சாஸ்திரிகள் கரிசனத்தோடு சொன்னார்:

'நான் மீண்டும் எதற்காக மகாதேவியை மணந்துகொண்டேனோ? நீ வற்புறுத்தினாய் என்று வைத்துக்கொள். எனக்கு ஒரு பிள்ளையுண் டானால் என்னைப் பிடித்த பீடைகளிலிருந்து நிவாரணம் பெற்று அமைதியடையலாம் என்று நான் நினைத்தேன். சரோஜா தன்னு டைய அழகால் என்னைப் பீடித்தாள். ஆனால் மகாதேவி என்னைப் போலவே கண்ணைக் கெக்கரித்து எனக்கு எதிரியானாள். அவள் சரோஜாவைப் போல இல்லை. உன்னைக் கண்டாலே மகாதேவிக்கு ஆகாது. என் மகள் நிஜமாகவே என் மகள்தான். பிடிவாதக்காரி. யாரோ புரட்சி செய்கிற ஒரு முட்டாளை மணந்துகொண்டு, அவள் பிறப்புக்கே காரணமான என்னைப் போன்ற வசதியான குடும்பத்த வர்களையெல்லாம் நிர்மூலம் செய்துவிட வேண்டுமென்று வீட்டை விட்டுப் போனாள். எங்கே போனாளோ? அவளைக் கண்டுபிடித்து வீட்டிற்கு அழைத்து வர வேண்டுமென்று அவ்வப்போது ஆசையுண் டாகிறது. ஆனால் நான் எந்த நேரத்தில் எப்படி நடந்துகொள்வேன் என்பது எனக்கே நிச்சயமில்லை. இந்தப் பிறப்பிலிருந்து என்னைப் போன்றவர்களுக்கு முக்தி கிடைக்காது எனத் தோன்றுகிறது. ஆனால், சரோஜா என் கையால் சாகவில்லையல்லவா? எனக்கு மகள் பிறந்த உடனே, சரோஜா என்னால்தான் கர்ப்பம் அடைந்திருக்க வேண்டும் என்று நான் மிகுந்த வேதனையடைந்து வாழ்க்கையிலிருந்து தூர விலகிவிட வேண்டுமென்று கடவுளின் மேல் கவனத்தைத் திருப்பி

• பிறப்பு •

னேன். எந்தக் கடவுளால் எனக்கு அமைதி கிடைக்கும்? எல்லாம் இங்கே எழுதியுள்ளபடி' என்று தன் நெற்றியைத் தொட்டுக்காட்டிப் பேசினார். ஆனால் மீண்டும் புராணம் சொல்வதில் தனக்குப் பழக்கமான பேச்சையே பேசிவிட்டதாக அவருக்குத் தோன்றியது.

அவர் டாக்சியில் வீட்டையடைந்து உள்ளே சென்றவுடனேயே மகாதேவி தன் மீது காரணமில்லாமல் எகிறுவாள் என்று சாஸ்திரிகள் எதிர்பார்க்கவில்லை. தன்னை விழுங்கிவிடுவதைப் போல எதிரில் நின்ற அவளது குரூரமான முகத்தில் விரிந்த நாசித்துவாரங்களைக் கண்டு சாஸ்திரிகளுக்கு அவரே ஆச்சரியம் கொள்ளும்படி கருணை பொங்கியது.

ராதாவின் செல்வத்தையும் அவளது பேத்திக்கு அவள் செய்து போட்ட தங்க வளையல்களையும் காரணம் காட்டி மகாதேவி சண்டையைத் தொடங்கினாள். 'உங்கள் கொலைகாரப் புத்தியால்' என்று அவரை நிந்திக்கத் தொடங்கி, தான் இழந்துவிட்ட மகளுக்காகக் கோபம் கொண்டு வீறிட்டாள். சாஸ்திரிகள் ஒரு நாளும் அவளைத் தொட்டுச் சமாதானப்படுத்தியதில்லை. மகாதேவி நெளிந்தாலும் அவர் கட்டியணைத்தார். வழக்கம்போல அவர் தன்னை அடிப்பாரோ என்று மகாதேவி எதிர்பார்த்திருக்க வேண்டும். சாஸ்திரிகள் மென்மையாக 'மகாதேவி' என்று மீண்டும் மீண்டும் அழைத்தார்.

'நான் கொலை செய்யவில்லை மகாதேவி. ஆள்காரர்கள் நினைத்தது தவறு. நானும் அப்படித்தான் நினைத்துக்கொண்டிருந்தேன். நேற்று ரயிலில் உண்மை தெரியவந்தது' என்றார் சாஸ்திரிகள்.

தான் சொன்னதிலிருந்து மகாதேவிக்கு எதுவும் புரிந்திருக்காது என்பது அவருக்குத் தெரியும். ஆனால் அவர் மென்மையாக அணைத்ததால் அவள் விசும்பத் தொடங்கினாள். அவளைத் தடவியபடியே அவர் சொன்னார், 'நம் மகளைக் கண்டுபிடித்து அழைத்து வருகிறேன். அழாதே.'

ஆச்சரியமடைந்த மகாதேவி முந்தானையில் மூக்கை உறிஞ்சிக் கொண்டே உள்ளே போனாள். சாஸ்திரிகளுக்குத் தான் இன்முகம் கொண்டவராகும் நம்பிக்கை லேசாகத் தோன்றியது. வீட்டின் முன்னால் குறுக்குமறுக்காக வளர்ந்து, அதிகாலையில் தன் அழகான பூக்களையெல்லாம் நிலத்தில் இறைத்து அமைதியடையும் அஷ்டகோணலான பாரிஜாத மரத்தைச் சாஸ்திரிகள் பார்த்தார். சரோஜா தன் விரலின் சூடுபட்டுப் பாரிஜாதம் வாடிவிடக்கூடாதென்று நக முனையால் அவைகளை ஒவ்வொன்றாக எடுத்து, வாழைத் தொன்னையில் சேகரித்துப் புழக்கடையில் வளர்ந்திருந்த ஒரு புற்றுக்குப் போட்டுக்கொண்டிருந்தாள். அது நினைவுக்கு வந்து சாஸ்திரிகளுக்கு வேதனை உண்டாயிற்று. ஆற்றில் மூழ்கும்போது எதற்காக அவள் நெற்றியில் குங்குமம் இருந்தது? கழுத்தில் தாலியிருந்தது? அப்படியா

னால் பண்டிதன் சாகவில்லையோ? அல்லது அவளை உண்மையில் கைப்பிடித்தவன் இறந்திருக்க முடியாதென்றா?

அப்படி எண்ணிய சாஸ்திரிகள் தான் இன்முகம் கொண்டவனா வதற்கான அறிகுறியைக் காணாமல் ஆயாசத்துடன் குளிய லறைக்குப் போனார். அது அவர் சரோஜாவை நெற்றியில் அடித்த குளியலறையல்ல. அதை இடித்துவிட்டு வேறு இடத்தில் ஒரு புதிய குளியலறை கட்டியிருந்தார்.

பாகம் இரண்டு

. 1 .

முதன் முதலில் குகையின் அடி ஆழத்திலிருந்து எழுந்ததைப் போல ஒவ்வொன்றாக இரண்டிரண்டாக முளைவிட்டதைப் போன்ற நாதம். அப்போதொன்று இப்போதொன்று எனத் தெளிவாக வெளி வந்ததைப் போலிருந்த மணியோசை. அதோடு ஓ ஓ ஓ என்னும் மெல்லிய நாதம். மேலும் சின்னச் சின்ன சலங்கைகளிலிருந்து புறப்பட்டதைப் போன்ற மெல்லிய ஓசை. நாதம் அனைத்தும் தமக்குத் தானே உள்ளிருந்து ஒலித்துக் கொண்டதைப் போல. தமக்காக மட்டும் ஒலித்துக்கொண்டதைப் போல. மேலும் மேலும் உள்ளே உள்ளேபோவதைப் போலச் சஞ்சரித்தபடி தேடும் பாதாளத்திலிருந்து எழும் நாதம். முடிந்துவிட்டது என்னும்போது இன்னொன்று இன்னும் ஆழமான குண்டலினியிலிருந்து எழுந்ததைப் போன்ற நாதம். நாதத்தில் பிடிபடவேண்டியது பிடிபடாமல்போயிற்றோ? இதோ இதோ என்று எண்ணும்படி மீண்டும் சின்னச் சின்ன மணிகளின் திக்பிரமை. அல்லது உற்சாகமா?

திபெத்திய லாமாக்களின் தாந்திரிக இசையைத் தன் வாக்மேனில் கேட்டுக்கொண்டே பார்த்தோ தோடலின் ஆங்கில மொழியாக்கத்தைப் படித்தவாறே, தனது நிலையைத் தான் படித்த பார்த்தோ நிலையோடு தொடர்புபடுத்தியபடி தினகர் பாயில் நிமிர்ந்து உட்கார்ந்திருந்தான்.

நாராயண தந்திரியின் விசாலமான வீடு. மெத்தைகள் விரித்து, அவற்றை வெள்ளைத் துணியால் மூடி, வெள்ளைத் துணி சுற்றிய, சாய்ந்துகொள்ள வசதியான பெரிய திண்டுகள் போட்டிருந்த கூடத்தில் தினகர் ஒரு மூலையில் பாயின் மேல் சாய்ந்து உட்காராமல் நிமிர்ந்து உட்கார்ந்திருந்ததைக் கண்ட சீதம்மா, 'உனக்கென்னாயிற்று? திண்டின் மேல் உட்கார்' என்றார்.

தினகர் பேசாமல் சிரித்ததைக் கண்டு, 'ஐயோ, உனக்குக் கன்னடம் புரியாது என்பது மறந்தேபோகிறது. எழுந்துபோய்க் குளித்து

விட்டு வா. உனக்குப் பலகாரம் எடுத்துவைக்கிறேன். இனியென்ன அவர்களும் எழுந்துவிடுவார்கள். என் பேரன் உன்னைக் கண்டால் குதித்துக் கும்மாளம் போட்டு உன்னைத் தொந்தரவு செய்வான். அவன் போன் பேசட்டுமென்று பேசாமல் இருக்கிறேன். எழுந்திரு, எழுந்திரு' எனக் குளிக்க வேண்டுமென்று தலையில் தண்ணீர் ஊற்றிக் கொள்வதைப் போலச் சைகை காட்டினார்.

அவர் கொடுத்த சுத்தமான துவாலையையும் பியர்ஸ் சோப்பை யும் தினகர் வாங்கிக்கொண்டான். தனக்குப் பியர்ஸ் சோப் பிடிக்கு மென்பது இருபத்தைந்து வருடங்களுக்குப் பிறகும் அவருக்கு ஞாபக மிருக்கிறதே என்று அவனுக்கு ஆச்சரியமாயிருந்தது. 'அதாவது எனக்கு இன்னொரு அம்மா இருப்பதாக ஆயிற்று' என்று தமாஷாக இந்தியில் சொன்னான், அம்மாவுக்குப் புரியாதென்பதை மறந்து. அதே தமாஷுடன் சீதம்மா, 'ஏண்டா, காலையில் எழுந்து சாயபு களின் பாஷையில் என்னிடம் பேசுகிறாயா?' என்றார்.

'திரிபாதி எவ்வளவு ஆசாரமான பிராமணர்! அவர்கூட இந்தப் பாஷையில் ஏன் பேசினார் என்பது என் மரமண்டைக்குப் புரியாத ஆச்சரியம்' என்று, அது பேசத்தகாத பேச்சு என்பதைப் போலப் புடவை முந்தானையால் வாயை மூடிக்கொண்டு சிரித்தவாறே மீண்டும் சமையலறைக்குள் நுழைந்தார்.

தினகர் குளித்துவிட்டு வருவதற்குள் வீடு முழுக்க அமர்க்களமோ அமர்க்களம். நாராயண தந்திரியின் மகன் திடீரென்று தினகரின் காலில் சாஷ்டாங்கமாக விழுந்து கும்மாளம் போடத் தொடங்கி னான். 'நீ எங்கள் வீட்டுக்கு வந்திருக்கிறாய் என்பதைத் தன் சினேகி தர்களுக்கெல்லாம் சொல்லி இந்தப் பையன் அவர்கள் செலவி லேயே சாப்பாட்டையும் முடித்துக்கொள்வான் பார்த்துக்கொண்டே இரு' என்று சீதம்மா கிண்டல் செய்தபடியே நின்றதைக் கண்ட நாராயண தந்திரி தினகருக்கு சங்கோஜம் உண்டாக்கக்கூடாதென்று அம்மாவைப் பார்த்துக் கண்சாடை காட்டினான்.

நாராயண தந்திரியிடம் ஏற்பட்டிருந்த மாற்றங்களைத் தினகர் கவனித்தான். நிச்சயமாகத் தினகர் அவனை அடையாளம் கண்டு பிடித்திருக்க முடியாது. நாராயண் பருத்துவிட்டிருந்தான். வார்த்தை களை அளந்து பேசினான். பழைய சிநேகிதனின் சுறுசுறுப்போ துடுக்குத்தனமோ இருந்ததாகத் தெரியவில்லை. அம்மா கிடைத் தாலும் சகோதரன் கிடைக்க மாட்டான் என்று தினகருக்குச் சிறிது கவலையுண்டாயிற்று.

நாராயண தந்திரியைப் பார்த்த தினகருக்கு ஒரு கணத்திலேயே அவன் செய்திருந்த ஒரு தீர்மானம் தகர்ந்தது. தன்னை வருத்திக் கொண்டிருந்த ஒரு ரகசியத்தை அவனிடம் சொல்ல வேண்டுமென் றிருந்தது. அந்தப் புகழ்பெற்ற வக்கீலிடம் அதைச் சொல்ல வேண் டாம் என எண்ணினான். ஆனால் சொல்ல வேண்டுமென்று வார்த்தைகளைத் தயார் செய்துகொண்டிருந்தான்.

'பார் நாராயணா, என் வாழ்க்கையில் புனிதமானது எதுவும் மிச்சமில்லை என்று எண்ணி இந்த உடையில் போய்க்கொண்டிருக் கிறேன். என் வளர்ப்புத் தந்தை இறந்த பிறகு அவருடைய பிள்ளை கள் சுத்தமான வியாபாரிகளாகிவிட்டார்கள். என் செலவுக்காகத் திரிபாதி தொடவும் செய்யாத தங்கத்தின் மீது கண் வைத்தார்கள். நான் வெறுத்துப்போய் அவர்கள் விரும்பிய அளவு தங்கத்தை அவர் களுக்குக் கொடுத்துவிட்டேன். என்னை வளர்த்தவர் இல்லை யென்று ஆன பிறகு அந்த வீட்டுக்குப் போவதே குறைந்துவிட்டது. திரிபாதியின் வருஷாப்திக்கு மட்டுமே இப்போது போகிறேன். இங்கிலாந்தில் படிப்பை முடித்துவிட்டு வந்த நான் டில்லிக்குச் சென்று பிரபலமடைந்து உள்ளுக்குள் வெறுமையடைந்தேன். சகஜ மாகப் பேசி யாரையும் சுலபமாகக் கவரக் கூடியவனாகிவிட் டேன். என் வேர்கள் எங்கே என்பது தெரியாமல், தேடினாலும் கிடைக்க மாட்டா என்று எண்ணித் தனியாக இருக்க முடியாமல் ஸ்திரீலோ லனானேன். நான் விரும்பிய பெண்கள் இப்போது எங்கெல்லாமோ இருக்கிறார்கள். இங்கிலாந்தில், லக்னோவில், டெல்லியில். அப்படிக் காதலித்ததும் போதுமென்றாகிக் குறையத் தொடங்கியது. ஒரு காதலியிடமிருந்து இன்னொருத்தியை மறைத்து, மொத்தத்தில் பல பெண்களைச் சமாளிக்க முடியாமல்போனது. அது விடமுடியாத ஒரு பழக்கமாகவும் ஆயிற்று.

'அந்தப் பழக்கம் தொடங்கியது ஹரித்துவாரில். என் இருபதாம் வயதில். உன்னோடு இருந்தபோதுதான். இழந்துவிட்ட என் தாயை உன் அம்மாவிடம் கண்டு நான் புதிய பிறவி எடுத்தபோதுதான். அவ்வளவு புனிதமான நாள்களிலும் எந்தப் பச்சாதாபமும் இல்லை என்பதைப் போல நான் ஒரு பெரிய ரகசியத்தை வளர்த்தபடி சுகத்தை அனுபவித்தேன். அதாவது அதன் அர்த்தம் என்ன என்று தெரிய . . .'

இம்மாதிரித் தனக்குள்ளேயே பேசிப் பேசிப் பார்த்து முக்கிய விஷயத்திற்கு எப்படி வருவதென்று தன்னை ஆயத்தப்படுத்திக் கொண்டிருந்த தினகர் அவநம்பிக்கையோடு தன் பழைய சிநேகி தனைப் பார்த்தான். நாராயண தந்திரி அதிசயமான அன்னியோன் யத்துடன் தினகரைப் புகழ்ந்து பேசத் தொடங்கினான். தன் சிநேகித னும் ஏதோ துக்கத்தை மறப்பதற்காக அப்படிப் பேசுவதற்குத் தன்னைத் தயார் செய்துகொண்டிருக்கிறானோ என்று தினகருக்குச் சந்தேகம் ஏற்பட்டது.

. 2 .

குளியலறை அடுப்பின் சூடான சாம்பலில் வாட்டிய வாழை யிலை. அதற்கே உரிய வாசனை. பலா இலையில் சுற்றி வேகவைத்த கடுபு அந்தத் தளிர் இலையில். அதன் மேல் பசு நெய். மூன்று வகைச் சட்னிகள். தனியாக வாழையிலைத் தொன்னையில் ஆடை படிந்த தயிர். பக்கத்திலேயே சுடச்சுடக் காபி.

அந்தப் பதார்த்தங்களின் பெயர் தெரியாத தினகர் ரசித்துச் சாப்பிட உட்கார்ந்தான். குளித்துவிட்டு வந்த தந்திரியும் அவன் மகன் கோபால் தந்திரியும் அவனோடு உட்கார்ந்து அவனைவிட அதிகம் போட்டுக்கொண்டார்கள். ஞாயிற்றுக்கிழமையானதால் கோர்ட் வேலையில்லாத நாராயண தந்திரி ஓய்வாக இருப்பது போலக் காணப்பட்டான். கோபால் மட்டும் தன் சிநேகிதர்களுக்கும் தொண்டர்களுக்கும் தினகர் வந்திருக்கும் செய்தியைச் சொல்லும் அவசரத்தோடு உட்கார்ந்திருந்தான்.

புழக்கடையிலிருந்து ‘அம்மா’ என்று அழைத்தது கேட்டது. ‘யாரு, சந்திரப்பாவா? கொஞ்சம் இரு’ என்று சீதம்மா புழக்கடைக்குச் சென்றார்.

உள்ளே வந்து ஒரு வாழையிலையில் கடுபு, சட்னிகளை வைத்துக் கொண்டு மீண்டும் புழக்கடைக்குச் செல்லும்போது மகனிடம், ‘நீ வீட்டிலிருக்கிறாயா என்று கேட்பதற்காகச் சந்திரப்பா வந்திருக் கிறான். கங்குபாய் எதற்கோ உன்னைப் பார்க்க வேண்டுமாம். வரட்டும் என்றேன்’ எனச் சொல்லிச் சந்திரப்பாவுக்கு அவற்றைச் சாப்பிடக் கொடுப்பதற்காகப் புழக்கடைக்குச் சென்றார். மடி, ஆசாரங்களைக் கடைபிடித்த சீதம்மா சந்திரப்பா, கங்குபாய், அவள் மகன் பிரசாத் யாருக்கும் வீட்டிற்குள்ளே உணவு பரிமாறமாட்டார். ஆனால் ஏதாவது தின்பதற்குக் கொடுக்காமலோ நல்லது கெட்டது விசாரிக்காமலோ ஒரு நாளும் திருப்பி அனுப்பமாட்டார்.

கங்குபாயை வீட்டுக்கு வருமாறு பாட்டி சொன்னது கோபா லுக்குப் பிடிக்கவில்லை போலிருந்தது. மகனின் முகம் சுருங்கியதைக்

கண்ட நாராயண தந்திரி தலைதொங்கிப்போனான். அப்பா மகனுக்கு இடையில் நடப்பது என்ன என்று தினகருக்குத் தெரியவில்லை. கோபால் குழந்தைப் பருவத்தில் அடம்பிடிப்பவனாக இருந்தது தினகருக்கு ஞாபகமிருந்தது. அவனை எப்படியாவது தூங்கவைக்க வேண்டுமென்று இளம் பெண்ணாயிருந்த கங்கு செய்த உபாயங்களும் அவனுக்கு நினைவிருந்தன. சூழ்நிலை இறுக்கமடைந்ததைக் கணக்கில் எடுத்துக்கொள்ளாத சீதம்மா புழக்கடைக்குச் சென்று சரியாகப் பேசாத, மந்தபுத்திக்கார சந்திரப்பாவுடன் நல்லது கெட்டது பகிர்ந்துகொள்வதற்காகப் பேசத் தொடங்கினார்.

'பசு எவ்வளவு பால் கொடுக்கிறது? அந்த வெள்ளைப் பசு சினையாகிவிட்டதா? காளைக்கன்றுகளை விற்றாயிற்றா? எவ்வளவு கிடைத்தது? கங்குபாய்க்குப் பள்ளி விடுமுறை எதுவரை? பிரசாத் ஏன் இந்தப் பக்கம் தலை காட்டுவதே இல்லை? அவன் சங்கீதப் பயிற்சி எப்படியிருக்கிறது? கோவிலில் ராமநவமியன்று அவன் பாடியது அவ்வளவு இனிமையாக இருந்தது!' இப்படிச் சீதம்மா அந்த வாரத்தில் எத்தனையோ முறைக் கேட்டதையே மீண்டும் கேட்டுக்கொண்டிருந்தபோதும், சந்திரப்பாவிடமிருந்து எந்தப் பதிலையும் அவர் எதிர்பார்க்கவில்லை. அவனைத் திருப்திப்படுத்துவது மட்டுமே அவர் பேச்சின் நோக்கம். தன் அன்பான பேச்சால் சந்திரப்பாவும் திருப்தியடைந்து திறந்த வாயுடன் தன்னைப் பார்ப்பதைக் கவனித்த சீதம்மா, 'ஏன் சந்திரப்பா, கடுபு ருசியாக இல்லையா? கொஞ்சம் தயிர் கொடுக்கட்டுமா? உன்னுடைய பசு துங்காவின் பாலில் செய்த தயிர். கத்தியால் வெட்ட வேண்டும். அத்தனைக் கெட்டித் தயிர்' என்றது சந்திரப்பாவுக்குப் புரிந்தது. அவன் தலையாட்டிக்கொண்டே 'வேண்டாம்மா' என்று சாப்பிடத் தொடங்கினான்.

புழக்கடையில் முற்றி விழுந்திருந்த தேங்காயைச் சீதம்மா எடுத்துக் கொடுத்து, 'சந்திரப்பா, இதை உரித்துக்கொடுக்கிறாயா?' என்றார். அந்தத் தேங்காயை உரிக்க வேண்டிய அவசியம் அப்போது அவருக்கில்லை. ஆனால், கத்தியைக் கொண்டு செய்ய வேண்டிய அப்படிப்பட்ட வேலையென்றால் சந்திரப்பா மகிழ்ச்சியோடு செய்வானென்று அவருக்குத் தெரியும். வீட்டில் அவன் பிரசாத்தின் சைக்கிளைத் தினமும் கொஞ்சம்கூடத் தூசியில்லாமல் சுத்தமாகத் துடைத்து, எண்ணெய்விட்டு, அதன் ஹேண்டில் பாரில் தானே கட்டிய பூச்சரத்தைச் சுற்றுவான். பண்டிகை நாள்களில் மாவிலை கொண்டு வந்து நாராயண தந்திரியின் வீட்டிற்குத் தோரணம் கட்டுவதும் அவனே.

உள்ளே வந்த சீதம்மா தன்னோடு பேசுவதற்கென்று சமையலறையிலேயே உட்கார்ந்திருந்த கோபாலைக் கோபத்தோடு பார்த்தார். என்ன சொல்வதற்காக அவன் காத்திருந்தானென்று அவருக்குத் தெரியும். கோபால் அழுகை வரும் முகத்தோடு சொன்னான்,

அனந்தமூர்த்தி

'வேண்டுமானால் அப்பா அங்கே போகட்டும், அவள் இங்கே வரவேண்டாம், ஊரிலிருக்கிறவர்கள் என்ன பேசிக்கொள்கிறார்கள் என்று உனக்குத் தெரியுமே.'

'பேசுகிறவர்கள் வாயை மூட முடியுமா? அவர்களால் நமக்கு என்ன ஆக வேண்டும் சொல். உன் தரித்திரம் பிடித்த அரசியலில் நெருப்பு விழ. இங்கிருக்கிற பிராமணர்கள் ஓட்டுப்போடமாட்டார்கள் என்பதே உன் கவலை. இல்லையா? கண் திறந்து உன்னைப் பார்க்காமலேயே உன்னைப் பெற்றவள் இறந்தது உனக்குத் தெரியுமா? கங்குதான் உன்னை வளர்த்தவள். அவள் உன் தாய்க்குச் சமம் என்பதை மறந்துவிடாதே. எழுந்து போ. கெட்ட யோசனை செய்ததற்காக மன்னிப்புக் கேட்டுச் சுவாமிக்கு நமஸ்காரம் செய்து விட்டு வா. இந்த ரூபாயை வாங்கிக்கொள். காணிக்கையைச் சுவாமி எதிரில் இருக்கும் திருப்பதி உண்டியலில் போட்டுவிட்டு வா' என்று இடுப்பில் சொருகியிருந்த பையிலிருந்து ஒரு ரூபாயை எடுத்துக் கொடுத்தார். மேலும் சில்லறைக் காசு அவர் இடுப்பில் இருந்தது. வீட்டிற்கு வரும் பிச்சைக்காரர்களுக்குப் போடுவதற்கென்று சீதம்மா எப்போதும் சில்லறைக் காசுகளை வைத்துக் கொண்டிருந்தார்.

அவர் கொடுத்த காசை வாங்கிக்கொண்டு சின்னப் பையனைப் போலக் கோபால் பெருமூச்சுவிட்டபடி பூஜையறைக்குச் செல்வதைக் கண்டு சீதம்மாவும் பெருமூச்சுவிட்டார்.

. 3 .

நாராயண தந்திரியுடன் பேசி முடித்து மாடியிலிருந்து கீழே இறங்கிக்கொண்டிருந்த கங்கு அழுகிறவளைப் போலத் தெரிந்தாள். இருபத்தைந்து வருடங்களுக்குப் பிறகும் அவளைப் பார்த்துத் தினகரின் இதயம் அடித்துக்கொள்ளத் தொடங்கியது, நாராயண தந்திரியும் முகத்தைத் தொங்கப்போட்டுக்கொண்டு அவள் பின்னால் மாடியிலிருந்து பழங்காலத்துப் படிகளில், தடுமாறாமலிருக்கக் கம்பிகளைப் பிடித்தபடியே இறங்கிக்கொண்டிருந்தான்.

கங்கு இன்னமும் மெலிந்தே இருந்து, கறுப்பு வெள்ளை கலந்த கூந்தலை முடிந்து, இரண்டு கைகளாலும் முந்தானையை இழுத்துப் பிடித்துக்கொண்டு முதிர்ச்சியடைந்த அழகிய பெண்ணாகத் தெரிந்தாள். எதையும் பிடித்துக்கொள்ளாமல் கீழே இறங்கி வந்தவள் தினகரின் காலைத் தொட்டு வணங்கி 'வந்துவிட்டீர்களா?' என்றாள். அப்போதும்கூட இரண்டு கைகளிலும் நிறையக் கண்ணாடி வளையல்களும் அவைகளுக்கு ஏற்ற நிறத்தில் புடவை, ஜாக்கெட்டும் அணிந்திருந்தாள்.

சீதம்மா உள்ளேயிருந்து வந்து இதமாகப் பேசத் தொடங்கியதால் தினகருக்குத் தன் உணர்ச்சிகளை வெளிக்காட்டாமல் இருப்பது சாத்தியமாயிற்று. நாராயண் அவனைக் கவனித்தவாறு கைகளைப் பின்புறம் கட்டிக்கொண்டு நின்றிருந்தான். ஐயப்ப உடை அணிந்து கொண்டதால் தான் விட்டுவிட்டதாக நினைத்திருந்த தன் நிஜகுணம் மாறவில்லை என்று தினகர் யோசித்தபடி, மரியாதைக்காகவாவது ஏதேனும் சொல்ல வேண்டுமென்று, 'எப்படியிருக்கிறீர்கள்?' முதலானவற்றை இந்தியில் கேட்டான். ஹரித்துவார் போயிருந்தபோதும், கங்குவுக்கு ஹைஸ்கூலில் கற்ற இந்தி தெரிந்திருந்தது. அப்போது எவ்வளவு சரசமாகப் பேசியவள் இப்போது சீதம்மா பேசியதைக் கேட்டுக்கொண்டு அமைதியாக நின்றிருந்தாள்.

'நம் கங்கு சாதாரணமானவள் அல்ல', சீதம்மா சொல்லத் தொடங்கினார். 'அவளுக்கு வயசானது தெரிகிறதா பார். ஹரித்து வாரில் பார்த்ததைப் போலவே இருக்கிறாளல்லவா? நரைத்த முடிக்குச் சாயம் பூசிக்கொள் என்று சொன்னால் இவள் கேட் கிறாளா? விரக்தி வந்துவிட்டிருக்கிறது. காலேஜ் கீலேஜிலெல் லாம் படித்து முடித்து மேடமும் ஆகிவிட்டிருக்கிறாள். ஸ்கூலிலிருந்து வரும்போது எப்போதும் இவளுக்குப் பின்னால் குழந்தைகளின் கூட்டம். இவளுக்கு மட்டுமா விரக்தி? இவள் மகனுக்கும். அவன் சுகமுனியைப் போல. எங்கள் குலக்கொழுந்து கோபாலைப் போல அவன் இல்லவே இல்லை. சட்டைகூட அணிவதில்லை. வெள்ளை வேட்டி உடுத்து வெள்ளைத் துண்டு போர்த்திக்கொண்டு நீளமான தாடியுடன் அவன் பாடுவதை நீ கேட்க வேண்டும். சாட்சாத் தியாகராஜ சுவாமிகளே மறுபடியும் பிறந்து வந்ததைப் போலத் தெரியும். நம் கங்கு புண்ணியவதி.'

சீதம்மா பேசியதிலிருந்து கங்கு அமைதியடைந்தவளைப் போலக் காணப்பட்டாள். தனக்குப் புரியாத மொழியில் பேசி எல்லோரை யும் சந்தோஷப்படுத்தும் சீதம்மாவைப் பார்த்துத் தினகர் ஆச்சரிய மடைந்தான்.

• பிறப்பு •

. 4 .

'சூரத்கல்லுக்குப் பக்கத்தில் பீச் மிகவும் அழகாயிருக்கும். போகலாம் வா' என்று மாலை நேரம் நெருங்கிக்கொண்டிருந்தபோதே நாராயண் தினகரிடம் சொன்னான். தானே காரை ஓட்டினான். நாராயண் மனம் வேறெங்கோ இருந்தது. தன்னைப் போலவே எதையோ பேசுவதற்காக அவனும் காத்துக்கொண்டிருந்ததாகத் தினகர் நினைத்தான். தினகர் தயாரித்த தேர்தல் தொடர்பான டிவி நிகழ்ச்சி, தென் ஆப்பிரிக்காவைப் பற்றிய செய்தி, மற்றும் அங்கங்கே அவன் எழுதிய கட்டுரைகள் போன்றவற்றை நாராயண் புகழ்ந்து பேசிக்கொண்டிருந்தது எதையோ வெளிப்படையாகச் சொல்லாமல் மூடி மறைக்கும் உபாயமாகத் தென்பட்டது. கடற்கரையின் தூய்மையான மணலில் நடந்தவாறே, கடல் அலையலையாக ஏறிவந்து திரும்பிச் செல்வதை ரசித்தபடி, இருவரும் மௌனமாக இருந்தபோது நாராயண் தினகரின் பக்கம் திரும்பி அவன் கையைப் பிடித்துக்கொண்டு சொன்னான், 'அதென்னமோ உன்னிடம் சொல்லியே ஆகவேண்டும் எனத் தோன்றுகிறது. இந்த இருபத்தைந்து வருடங்களாக உன்னிடம் சொல்லவேண்டும் என்று நினைத்து, சொல்லாமல், உன்னைப் பார்க்காமல் இருப்பதே நல்லது என்று இருந்துவிட்டேன். இன்று உன்னைப் பார்த்தபோது, நீ எதற்காக வந்தாயோ என்று எண்ணினேன். இன்று காலை கங்கு வந்து போன பிறகு உன்னிடம் பேசிவிடுவதென்று நிச்சயித்துவிட்டேன்' என்று சொல்லி அமைதியானான்.

இருவரும் சிறிது நேரம் எதுவும் பேசாமல் கடலைப் பார்த்துக் கொண்டே நின்றார்கள். சூரியன் அஸ்தமித்துக்கொண்டே நொடிக்கு நொடி மாறும் வண்ணங்களால் வானத்தையெல்லாம் பூசிக்கொண்டிருந்தது. கடற்கரையில் வலைகளை விரித்துக்கொண் டிருந்த மீனவர்களைத் தவிர வேறு யாரும் இல்லை. தினகர் மணலில் உட்கார்ந்து நாராயண் மேற்கொண்டு பேசுவதற்காக எதிர்பார்த்து மணலைக் குவியலாக்கத் தொடங்கினான்.

நாற்பத்தைந்து வயதான தான் சிறுவனாகிக்கொண்டிருப்பதாகத் தினகருக்குத் தோன்றியது. எதுவானாலும் கேட்டுக்கொள்ள முடியும்; சொல்லவும் முடியும் என அவனுக்குத் தோன்றியது. தான் எச்சரிக் கையோடு பயன்படுத்திய ஆங்கிலத்திலிருந்து நாராயணும் விடுபட்ட வனாகி, தினகருக்குப் புரியாத கன்னடம் கலந்து தனக்குத்தானே பேசிக்கொள்வதைப் போன்ற இயல்புநிலையை அடைந்துவிட்டிருந் தான். ஆனாலும், சொல்ல வேண்டியதைச் சுற்றி வளைத்துப் பேசிக் கொண்டிருந்தான். தானே சொல்லிவிட வேண்டும் என்று தினகர் நினைத்தான். நாராயணுக்கிருந்த குழப்பத்தில் தன் பேச்சு நல்ல தாகப்படாது என்று அவன் பேசாமலிருந்தான். வண்ணங்களை யெல்லாம் இழந்தவாறே வானம் தன்னுடையதேயான உண்மை நிலைக்கு, காலங்காலமாக நடந்ததைப் போல, அப்போதும் திரும்பிக்கொண்டிருந்ததைப் போலக் காணப்பட்டது.

'தினகர், என் மனைவி இறந்த பிறகு நான் மீண்டும் திருமணம் செய்துகொள்ளவே இல்லை. எங்கள் வீட்டில் வேலைக்காரியாகச் சேர்ந்த கங்கு குடும்பத்தில் ஒருத்தியானாள். கோபாலை வளர்த்தாள். அப்போதே அவளுக்குத் திருமணமாகிவிட்டிருந்தது. அவளுடைய தாய் தாசிகுலத்தைச் சேர்ந்தவள். வசதியாக இருக்குமென்று ஒரு மந்தப்புத்திகாரனுக்கு, அதாவது தன் தம்பியொருவனுக்கு, அவளைத் திருமணம் செய்துகொடுத்தாள். அவளைக் கைபிடித்தவன்தான் இன்று காலை எங்கள் வீட்டுக்கு வந்தவன். அவன் பசுவைப் போன்ற சாதுப்பிராணி. பசுக்களை மேய்த்துக்கொண்டே காலத்தைக் கழித்து விடுவான். கங்குவுக்குத் தன் தாயின் போக்கு சரியாகப்படாததால் எங்கள் வீட்டுக்கு வந்தாள். அப்போது அவள் ஹைஸ்கூல் படிப்பை யும் முடித்திருந்தாள். ஹரித்துவாரிலிருந்து திரும்பியதும் அவளைக் கல்லூரியில் சேர்த்துப் படிக்கவைத்தேன். அவளை வருத்திய தாய் இறந்தது அவளுக்கு விடுதலை கிடைத்ததைப் போலவும் ஆயிற்று . . .'

நாராயண் பேச்சை நிறுத்தினான். தினகர் மணலைத் தோண்டி, ஈர மணலை எடுத்துச் சிவலிங்கங்களாகச் செய்யத் தொடங்கியிருந் தான். தான் நாராயணுக்குச் சொல்ல வேண்டுமென்று இருந்ததைச் சொல்வதற்கான சாத்தியமே இல்லை என அவனுக்குத் தோன்றிய போது நாராயண் திடீரென்று சொன்னான், 'ஹரித்துவாரில் நான் அவளோடு தொடர்புவைத்துக்கொண்டிருந்தேன் என்பது உனக்குத் தெரியாது. நீ அவளுடன் தொடர்பு வைத்திருந்தாய் என்பது எனக் கும் தெரியாது.'

தினகருக்கு மனம் லேசாயிற்று. 'ஆனால் அவளை முதலில் ஆட் கொண்டவன் நான். அவள் அதுவரைக்கும் கன்னியாகவே இருந் தாள்' என்று சொல்ல வேண்டுமெனக் கண நேரம் நினைத்தான். தனக்கு அப்படித் தோன்றியதற்குப் பின்னணியாக இருந்த தன் மிருகத்தனத்திற்காக வெட்கப்பட்டு நாராயண் சொன்னதைப் பேசாமல் கேட்டுக்கொண்டிருந்தான்.

'திரும்பிவந்து அவளைக் கல்லூரியில் சேர்த்ததாகச் சொன்னே னல்லவா? சில தினங்களில் அவள் கர்ப்பமாயிருக்கிறாளென்று தெரிந்தது. நான் திகிலடைந்தேன். ஆனால், அவளுடைய கணவனே அக்குழந்தைக்குத் தந்தை என்று மக்கள் நினைப்பார்கள் எனச் சமா தானம் அடைந்தேன். இயல்பாகவே நான் யதார்த்தவாதி. கல்லூரி யில் படிப்பது கஷ்டம். எனவே கர்ப்பத்தைக் கலைத்துவிட வேண்டு மென்று அவள் அடம்பிடித்தாள். நானும் மனசுக்குள் அவ்வாறே எண்ணினாலும், கர்ப்பத்தைக் கலைக்க வேண்டாமென்றேன். கர்ப்ப வதியான கங்கு என்னை எவ்வளவு நேசிக்கத் தொடங்கினாளென் றால், கட்டின மனைவிமீது எனக்கில்லாதிருந்த மோகம் அவள்மீது வளரத் தொடங்கியது. அவளது நிலைமையைக் கண்டு அந்த மோகம் காதலாக வளர்ந்தது. நான் அவளுக்கு ஒரு வீடு வாங்கிக்கொடுத் தேன். அதில் ஒரு சின்னத் தோட்டமும் பின்புறம் ஒரு கொட்டகை யும் இருக்கும்படி பார்த்துக்கொண்டேன். அதற்குப் பின்னணியில் அம்மாவின் ஆதரவும் இருந்தது. அப்போதே ஐம்பதினாயிரம் செலவுசெய்து நான் வாங்கிய இடத்திற்கு இப்போது இருபது லட்சம் கொடுத்தும் வாங்கிக்கொள்கிறவர்கள் இருக்கிறார்கள். மங்களூர் பம்பாயாகிவிட்டது.

'அதிருக்கட்டும். அவள் கர்ப்பம் தரித்து நாலைந்து மாதங்களாகி விட்டிருந்ததாம். குழந்தை அவளை உதைக்கவும் தொடங்கியிருந்ததாம். அந்தக் கர்ப்பத்தைக் கலைத்துவிடுவதே சரி என்று மீண்டும் வற்புறுத்தத் தொடங்கினாள். ஒரு நாள் இரவு, நான் அவள் பக்கத்தில் படுத்திருந்தபோது உங்கள் இருவருக்குமிடையில் இருந்த காதல் சமாச்சாரத்தை விம்மலோடு சொன்னாள். "இந்தக் குழந்தை உங்க ளுடையதா அவருடையதா தெரியவில்லை. உங்களுக்குப் பிடிக்க வில்லையானால் என்னை விட்டுவிடுங்கள்" என்று அழுதாள்.

'எனக்கு உங்கள் இருவர்மீதும் பயங்கரக் கோபம் வந்தது. உன்னை விட அவள்மீது அதிகமாக. அவளை அடித்துக் கொன்றுவிட வேண்டும் என்றும் தோன்றியது. ஆனால் வக்கீலுக்குள்ள விவேகம் என்னைத் தடுத்திருக்கலாம் அல்லது என் முன்னோர்கள் செய்த புண்ணியத்தால் இருக்க வேண்டும். எப்படிப்பட்ட மாயாவி அவள் என்று எண்ணினேன். ஹரித்துவாரில் உன்மேலிருந்த காதலை என்னிடம் மறைப்பதற்கு அவளால் முடிந்ததே என்று பெண்ணின் மாயத்தனத்தைப்பற்றி யோசிக்க யோசிக்கக் கவலையேற்பட்டது.

'சில நாள்களாக அவளைப் பார்ப்பதையே விட்டுவிட்டேன். அவள் மீதிருந்த மோகத்தை அடக்க முடியாமல் ஒரு நாள் அவளிடம் போனேன். காமவயப்பட்டவர்களுக்குப் பயமும் இல்லை, வெட்க மும் இல்லை என்கிறார்கள். அவள் விருப்பப்படியே கர்ப்பத்தைக் கலைக்க ரகசியமாக அவளைப் பெங்களூருக்கு அழைத்துப் போனேன். ஒரு டாக்டரை அறிமுகப்படுத்திக்கொண்டு முதலில் நான் அவரிடம் பேசினேன்.

'அவளை டாக்டரிடம் அழைத்துச் செல்வதற்கு முதல்நாள் இரவு, ஹோட்டல் அறையொன்றில் அவள் என் பக்கத்தில் குழந்தையைப் போலத் தூங்கிக்கொண்டிருந்தபோது என் மனத்தில் நடந்ததை யாரிடமும் நான் சொல்லமாட்டேன். நான் வணங்கும் கடவுளே அதற்குக் காரணம் என்று இன்னமும் நினைத்துக்கொண்டிருக்கிறேன்.

'திடீரென்று எனக்குத் தோன்றியது. இந்தக் குழந்தை என்னுடைய தாக இருந்தால் என்ன, தினகருடையதாக இருந்தால் என்ன? இது ஒரு குழந்தை. எனக்கிருக்கும் குழந்தையைப் போல இதுவும் ஒரு குழந்தை. இவள் கர்ப்பத்தில் சஞ்சரித்தபடி வளரும் குழந்தை. இது பிறந்து வளரட்டும். என்னுடையதே என்று நினைத்துக்கொள்கிறேன்.

'அப்படி நினைத்ததும் அவளை எழுப்பிச் சொன்னேன். என்னை அணைத்துக்கொண்டு அவள் மகிழ்ச்சியில் விக்கினாள். மறுநாளே அவளைத் திரும்ப ஊருக்கு அழைத்துவந்துவிட்டேன். என்னைப் பார்த்ததுமே அம்மாவுக்கு என்ன தோன்றியதோ, "நீ பூஜைசெய்து எத்தனை நாளாயிற்று? குளித்துவிட்டுப் பூஜைசெய்" என்றார்.

'என்னிடம் ஏற்பட்ட மாற்றத்திற்கு அம்மாவின் தயவும் இருந்த தாக எனக்குத் தோன்றியது.'

. 5 .

வானத்தில் சூரியனின் காதல் நாடகம் முடிந்து சந்திரனின் வனப்பு வெளிப்பட்டது. வானம் பரிபூரண அமைதியோடு காணப் பட்டபோதே, ஆயிரமாயிரம் வெண்புரவிகள் போர்க்களத்தை நோக்கி விரைவதைப் போலக் கடலில் வெண்நுரை அலைகள் பாய்ந்து, சாய்ந்து உட்கார்ந்திருந்த நண்பர்களின் கால்களை மோதின. முதலில் தினகர் எழுந்தான். அப்போதும் தீவிரச் சிந்தனை யிலிருந்த நாராயண் தன் பருத்த உடம்போடு இரண்டு கைகளையும் ஊன்றி எழுந்து நின்றான். அவன் கழுத்திலிருந்த ருத்திராட்சயைத் தினகர் கவனித்ததைப் போலவே தினகரின் கழுத்திலிருந்த தாயத்தை நாராயண தந்திரி கவனித்தான். ‘அப்போதிருந்தே இந்தத் தாயத்து உன் கழுத்தில் இருக்கிறதல்லவா?’ நாராயண் சொன்ன சம்பவத்தின் கனத்தால் என்ன பேசுவது எனத் தோன்றாமல் மரியாதையான மௌனத்தில் இருந்த தினகருக்கு நாராயணின் கேள்வியால் மனம் லேசானதுபோல்பட்டது.

‘இது மாத்ரு ரக்ஷை. ஆற்றில் குளிப்பதற்காகப் போகும் முன்பு என்னை முத்தமிட்டு இதை என் தாயார் கட்டிவிட்டார். பார். என் துக்கத்துக்குப் பதிலே இல்லை. சாகவேண்டுமென்று தீர்மானித்து இதைத் தன் கழுத்திலிருந்து கழற்றி எனக்குப் போட்டாரோ? கால் வழுக்கி விழுந்து அவர் இறந்திருக்கலாமோ? என் தந்தை யார்? அம்மாவின் கழுத்தில் கருகமணித் தாலியும் நெற்றியில் குங்குமமும் இருந்தன என்கிறார்கள். அப்படியானால் என் தந்தையைவிட்டு அவர் பிரிந்திருக்க வேண்டும். ஏன் பிரிந்து வந்தார்? ட்ரங்க் பெட்டி யிலிருந்த தங்கம் யாருடையது? என் அப்பாவினுடையதா? அம்மா வினுடையதா? அது பாவப்பட்ட வழியில் வந்த தங்கமாயிருக்க வேண்டும். என்னை வளர்த்தவருடைய பிள்ளைகளின் பேராசையை அது அதிகரித்தது. அதோடு நான் திருமணம் செய்துகொண்டவளின் வெட்கங்கெட்டத் தனத்துக்கும் காரணமாயிற்று.

'இன்றைய மதிப்பில் ஒரு கோடிக்கும் அதிகமான விலைபெறும் தங்கம் அதிலிருந்ததாகத் தெரிகிறது. என் அம்மா அதைக் கவர்ந்து வந்திருக்கலாம் என்ற எண்ணத்தால் சில சமயம் வேதனை அடைகிறேன். பாழாய்ப்போன தங்கம்! அதில் பாதியளவு இழந்து இப்போது நிம்மதியடையத் தொடங்கியிருக்கிறேன். அது இன்னொரு பெரிய கதை. இப்போதைக்கு அது வேண்டாம்' என்ற தினகர் நடந்துகொண்டே அந்தக் கதையையே சொல்லிவிட்டான்.

'திரிபாதியைப் பார்த்திருக்கிறாயல்லவா? நெற்றியில் குங்குமம் இட்டு, தாடையைச் சுத்தமாக மழித்துக்கொண்டு, பெரிய வெள்ளை மீசையுடன் ஜரிகைச் சால்வை போர்த்தி, கைத்தடியைப் பிடித்துக் கொண்டு அவரது நாற்காலியில் அமர்ந்திருப்பார். ஐபர்தஸ்து செய்த அவர் இப்போதும் என் கண்ணிலேயே இருக்கிறார். கம்பீரமான குரல் அவருடையது. உட்கார்ந்துகொண்டு ஐபர்தஸ்திலேயே எல்லா வேலைகளையும் செய்யவைத்தார். ஃப்யூடல் லார்ட்தான். ஆனால் பெரிய கொடையாளி. அவர் கட்டிய சத்திரத்தில் வந்து தங்கியவர்களுக்கெல்லாம் தினசரி அன்னதானம் செய்தார். அம்மாவின் ட்ரங்க் பெட்டியிலிருந்த தங்கத்தில் ஒரு குண்டுமணிகூடச் செலவிடாமல் தன் சொந்தச் செலவில் என்னை ஆங்கிலப் பள்ளியில் படிக்கவைத்தார். என் வயதொத்த அவர் மகனை மட்டும் தன்னைப் போலவே உருவாக்க முயற்சித்து அவனுக்கு சமஸ்கிருதம் கற்பித்தார். அவனுக்கு முதலிலிருந்தே என்னைக் கண்டால் பிடிக்காது. என் தாயை மறைமுகமாகப் பழித்து என்னை அழவைத்துக்கொண்டிருந்தான். அவனுடைய தந்தைக்கு அவனைவிட என்மீது பாசம் அதிகம் என்று என்னை வெறுத்தான். திரிபாதியும் அவன் நினைத்தது போலவே நடந்துகொண்டார். எல்லோரையும் மிகுந்த கருணையோடு நடத்தியவர், மகனை மட்டும் கருணையின்றித் தண்டித்துக் கொண்டிருந்தார்.

'ஆனால் நான் ஆக்ஸ்ஃபோர்டுக்குப் படிக்கப்போவதற்கு முன்பே திரிபாதியின் செல்வாக்கு இறங்குமுகமாயிருந்தது. சத்திரத்தில் தினந்தோறும் நடந்த அன்னதானத்தை அவர் மகன் நிறுத்திவிட்டிருந்தான். திரிபாதி ஒரு கிழட்டுச் சிங்கத்தைப் போலத் தன் பழங்காலத்து இருக்கையில் கைத்தடியைப் பிடித்து உட்கார்ந்து கவலை கொண்டவரானார்.

'தான் விரும்பியபோது இறக்கும் சக்தி படைத்தவராகத் திரிபாதி இருந்திருக்க வேண்டுமென்று இப்போது எனக்குத் தோன்றுகிறது. ஒரு நாள் காலை, கங்கையில் குளித்துவிட்டு வந்தவர் பூஜையறையில் நிமிர்ந்து உட்கார முடியாமல் ஒரு பலகையில் சாய்ந்து உட்கார்ந்தார். தன்னைப் போலவே குடுமி வைத்து சமஸ்கிருதம் அறிந்திருந்த மகனை அவர் கூப்பிடவில்லை. ஆனால் கிராப் வைத்து நவீனமானவனாகிவிட்டிருந்த என்னை அழைத்து, "குளித்திருந்தால் பட்டு வேட்டி உடுத்துக்கொண்டு வா" என்றார். அம்மா இறந்த பிறகு

என் எட்டாம் வயதில் அவரே என் காதில் காயத்ரி மந்திரத்தை உபதேசித்து உபநயனம் செய்துவைத்தபோது உடுத்துக்கொள்வதற் கென்று கொடுத்திருந்த பட்டு வேட்டியைப் போர்த்திக்கொண்டு, முந்தைய நவராத்திரியின்போது அவர் தந்திருந்த ஜரிகைக் கரைப் பட்டு வேட்டியை உடுத்து அவர் எதிரில் உட்கார்ந்தேன். என்னு டைய இனிமையான குரலை நல்ல பாடகியாயிருந்த என் தாயிட மிருந்து நான் பெற்றிருக்க வேண்டுமெனச் சொல்கிறார்கள். ஆதி சங்கரர் அருளிய ஸ்தோத்திரங்களைத் திரிபாதி சொல்லச் சொன்னார். நான் சொல்லத் தொடங்குவதற்கு முன்பு, எதையோ நினைத்துக் கொண்டு “என் பையிலிருக்கும் சாவிக் கொத்தை எடுத்துவா” என்றார். அதை எடுத்துவந்து அவரிடம் கொடுத்தேன். பெரிய சாவிக் கொத்திலிருந்து ஒரு சாவியைக் கழற்றி என்னிடம் கொடுத்தார்.

“உன் தாயின் தங்கம் என் சிறிய இரும்புப் பெட்டகத்தில் இருக் கிறது. அதன் சாவி இது. எச்சரிக்கையாயிரு. பேராசை பிடித்த என் மகன் கையில் இது சிக்காதபடி வைத்துக்கொள். இங்கிலாந்துக்குப் போகும்போது தங்கத்தை இங்கே விட்டுச்செல்லாதே. திரும்பி வந்ததும் இந்த வீட்டில் வளர்ந்ததற்கு உன் காணிக்கையாகக் கங்கை நதிக்கரையில் எங்கள் முன்னோர்கள் கட்டிய கோவிலைப் புனருத் தாரணம் செய். இங்கிலாந்தில், உண்ணக்கூடாததை உண்ணாதே; குடிக்கக் கூடாததைக் குடிக்காதே. திரும்பிவந்து ஒரு நல்ல குடும்பத் தில் பிறந்த பெண்ணைத் திருமணம் செய்துகொண்டு குடும்பஸ்த னாயிரு” என்று விழுந்து வணங்கிய என்னை ஆசீர்வதித்தார்.

‘நான் சங்கரரின் ஸ்தோத்திரங்களைச் சொல்லிக் கொண்டிருந்த போது கண்ணை மூடியவர் மீண்டும் கண் திறக்கவில்லை.

‘நான் இங்கிலாந்திலிருந்து வந்த பிறகு கோவிலை மறுபடியும் எடுத்துக்கட்டினேன். அவர் மகனுக்கு அது வேண்டியிருக்கவில்லை. திரிபாதி கட்டிய சத்திரம் படிப்படியாக ஹோட்டலாக மாறத் தொடங்கியது. அங்கே தங்கியவர்கள் காணிக்கை என்ற பெயரில் தினத்துக்கு இவ்வளவென்று பணம் கொடுக்க வேண்டியிருந்தது. வெந்நீருக்கும் தனியாகப் பணம் தர வேண்டியிருந்தது.

‘நான் வேதனைப்பட்டேன். ஒரு நாள் திரிபாதியின் மூத்த மகன் கணக்குப் புத்தகத்தை எடுத்துவந்து, பழுப்படைந்த தாள்களில் பழைய கணக்குகளின் மேல் தானே எழுதியதைத் தன் தந்தை எழுதியதென்று இளித்துக்கொண்டே சொன்னான், “உன்னை வளர்த்து ஆளாக்குவதற்கு ஆன செலவு இது.”

‘சுமார் பத்து லட்சம் அளவுக்கு என் பெயருக்கு எதிரில் செலவுக் கணக்கு எழுதியிருந்தான். எனக்குப் பயங்கரமான ஆத்திரம் வந்து உடம்பு நடுங்கத் தொடங்கியது. இரும்புப் பெட்டகத்திலிருந்து ட்ரங் பெட்டியைத் திறந்து, “உன் தந்தை எழுதிவைத்த கணக்கு இது என்று பொய் சொல்லி, அவரது ஆன்மாவுக்குக் கெட்ட பெயர் உண்டாக்

காதே. எவ்வளவு வேண்டுமோ எடுத்துக்கொள்" என்றேன். அவன் அதைரியமடைந்ததைக் கண்டு நானே சில தங்கக் கட்டிகளை விற்று அவனுக்குப் பத்துலட்சம் கொடுத்தேன். மீதியிருந்த தங்கத்தை எடுத்துக்கொண்டு அங்கே நிற்காமல் டெல்லிக்குப் போய்விட்டேன்.'

நாராயண் 'உம்' கொட்டாமல் தன்னோடு நடந்துவந்தது கவனத்துக்கு வந்து, தினகர் தன்னைக் குறித்தே வெட்கப்பட்டான். 'கங்குவின் பையன் உன் மகனாகவும் இருக்கலாம். ஆனால் அவனை என் மகனாகவே நினைத்து வளர்த்தேன்' என்று சொல்லிய அவனது உன்னதமான பெருந்தன்மைமிக்க தியாக உணர்வுக்கு அதுதான் தன் எதிர்வினையா? தங்கத்தைத் தூக்கிக் கொடுத்துவிட்டேன் என்று பீற்றிக்கொள்ளலாமா என்று அந்த ஐயப்பவிரத வேடத்திலும் தன்னைவிட்டு விலகாத தற்பெருமைக்காக வெட்கமடைந்தான்.

நாராயணின் காலைத்தொட்டு வணங்கவேண்டும் என்று தினகர் நினைத்துக்கொண்டபோது அவன் ஆச்சரியப்படும்படி நாராயண் வேறெதோ சம்பந்தமில்லாத பேச்சைப் போல ஒரு வக்கீலாகச் சொன்னான், 'தங்கத்தை நீ கொடுத்திருக்க வேண்டியதில்லை. அவன் காட்டிய கணக்கு திரிபாதியின் கையெழுத்தில் இல்லை, போர்ஜரி என்று நீ வாதாடியிருக்க வேண்டும். அப்படியே கோர்ட்டுக்குப் போயிருந்தாலும் அவன் வாதம் எடுபட்டிருக்காது. போகட்டும். அவன் அந்தப் பணத்தைத் தன் தம்பிகளுடன் பங்கிட்டுக் கொண்டானா இல்லையா என்பதை நீ தெரிந்துகொண்டிருக்க வேண்டும்.'

முதலில் பெரிய வார்த்தைகளைப் பேசித் தன்னைச் சங்கடத்தில் சிக்கவைத்த நாராயணுக்கு இருந்த யதார்த்த அறிவால் தினகரின் மனம் லேசாயிற்று. ஆனால் அப்படிப்பட்டவனும் தயாள குணத்தில் தன்னை மிஞ்சக் கூடியவனாக இருந்தது தினகரை மேலும் வெட்கமடையச் செய்தது. அப்படி வெட்கப்பட்ட தினகர் எப்படியாவது அவன் காலைத்தொட்டு வணங்கியிருந்தால், அது அவனது சுயகௌரவத்தை வளர்த்துக்கொள்ளும் காரியமாயிருந்திருக்குமே அல்லாமல் சத்தியத்திற்கு எதிராகத் திரும்பும் வாழ்க்கையின் அறிகுறியாகியிருக்காது.

உண்மையில் நாராயண் ஹரித்துவாரில் கங்குவுடன் தனக்கிருந்த தொடர்பைச் சொல்லியபோது தினகரின் உள்ளத்தில் தோன்றியது என்ன? பச்சாதாபமா? விவரம் புரியாதவள் என்று முதல் முறை அவன் பலாத்காரப்படுத்தி உறவுகொண்ட கங்கு எவ்வளவு விரைவில் அவனுக்கே கற்றுத்தரத் தொடங்கிவிட்டிருந்தாள். தினகரிடமிருந்து காமக்கலையைக் கற்றுக்கொண்டவள் இல்லறச் சுகத்தை அனுபவித்திருந்த நாராயணிடமிருந்து கற்றதை மீண்டும் தினகருக்கே கற்றுத்தரத் தொடங்கியிருந்தாளோ? அவளோடு கூடிய நேரங்களைத் தினகர் நினைவுபடுத்திக்கொள்ளத் தொடங்கினான்.

‘தாயும் மகனும் கடவுள் தரிசனத்திற்குப் போயிருந்தபோது வேக வேகமாகக் கோபாலைத் தூங்கவைத்துவிட்டோ அல்லது திரிபாதி யின் மகனோடு விளையாடவிட்டுவிட்டோ, யாரும் போகாத பரண் மூலையில், திரிபாதி மந்திரம் சொல்வதைக் கேட்டபடியே, நாங்கள் அவசரத்தோடு கூடினோம். அதே இடத்தில் நாராயணோ டும் நானில்லாதிருந்தபோது அவள் கூடியிருக்கலாமோ? அதோடு எல்லோரும் தூங்கியபோது கங்கை நதிக்கரையில் என்னுடன் உலாவி வருவதாகச் சொல்லிவிட்டு, அந்தக் குளிரிலும் திரிபாதியின் முன்னோர்கள் கட்டிய கோயிலின் கதவைத் திறந்து, பிள்ளை யாரைச் செதுக்கியிருந்த கற்சுவற்றுக்குக் கீழே, குங்குமம், சந்தனம், வாசனை எண்ணெயால் ஈரமான கல்லின் மேல் நாங்கள் கூடி னோம். அதோடு காசியில், அவளுக்கு விருப்பமென்று நானும் அவர்களோடு போயிருந்தபோது, என் சின்ன அறையிலேயே கிழிந்த பாயில் . . .

‘இரவு எல்லோரும் தூங்கியபோது, அம்மாவுடன் உறங்கும் நாரா யணுடன் அவள் எங்கே கூடினாளோ? அவளது ரகசியமான தரு ணங்களெல்லாம் என்னுடையவை மட்டுமே என்று நினைத்திருந் தேன். அப்படியென்றால், எந்த நேரத்தில் என் கண்ணிலிருந்து தப்பித்து அவனோடு கழித்திருப்பாள்? ஹரித்துவாரில்? காசியில்? மதுராவில்?

‘விடியற்காலையில் நான் எழுந்து சத்திரத்தில் தங்கியிருந்தவர் களுக்குப் பக்கெட்டில் வெந்நீர் விநியோகம் செய்யவேண்டும். கங்கை யில் குளிக்க முடியாத முதியவர்களும் குழந்தைகளும் இருந்தார்கள். அதோடு நான் எல்லோருக்கும் மதிய உணவு வழங்கியபோது அவர் கள் கூடியிருப்பார்களோ? கல்லூரிக்கு விடுமுறையான அந்த நாட் களில் நானே ஏற்றுக்கொண்ட வேலைகள் அவை. அவை இந்த நாராயணுடைய ரகசியத் தருணங்களாக இருந்திருக்கலாம்.

‘அதோடு என் நண்பர்களுடைய வீட்டுக்குப் போய்வந்த நேரங் களிலா? “என்னோடு இருந்து உங்களுக்குச் சலிப்பேற்பட்டிருக் கலாம், வெளியே சென்று வாருங்கள், உங்களுக்காகக் காத்துக் கொண்டிருக்கிறேன்” என்று அவள் சொன்னது நினைவுக்கு வருகிறது. ஆனால் வீட்டிலேயே இருந்தபோது மட்டும் நான் அவளை என் கண்ணிலிருந்து தப்பவிட்டதில்லை.

‘தான் கர்ப்பிணியான பிறகு கங்கு தன் ரகசியத்தை நாராய ணுக்குச் சொல்லியபோது அவன் கண்ணிலிருந்து தப்பி அவள் என்னோடு கூடிய விவரங்களை என்னைப் போலவே இப்படி நாராயணும் சிந்தித்து வேதனைப்பட்டிருக்க வேண்டும். என் காமச் சேட்டைகளின் விவரங்களை அவனும் அவனுடைய காமச்சேட் டைகளின் விவரங்களை இப்போது நானும் யோசிக்கும்போது நானோ அல்லது அவனோ மனம் திருந்தி, இல்லற வாழ்க்கையின்

மாயையைப் புரிந்துகொள்வதில்லை. மாறாக மேலும் காம இச்சை யால் பீடிக்கப்பட்டவர்களாகிறோம். தேடிப்பிடித்து அதையே அசைபோடுகிறோம். மறுபடியும் இன்னொரு பெண்ணோடு கூடும் வரை ஆவியைப் போல அலைந்துகொண்டிருக்கிறோம்.'

அப்படி நினைத்துக்கொண்ட தினகரை அவன் விரும்பக்கூடாத கங்குவை மோகித்துச் சினேகிதனுக்குத் துரோகம் இழைக்கும்படி அவன் இரத்தம் அவனைச் செலுத்தியது. ரகசியத்தின் இருட்டில் அவள் தன்னைத் தீவிரத்தோடு பிடித்து இறுக்கியது தினகரின் நினைவுக்கு வந்தது. இப்போதும் மாடிப்படியில் அவள் இறங்கி வந்தபோது அவளது மத்திய வயது அழகு அவனைக் கலக்க மடையச் செய்தது. அவளே அவனுடைய முதல் காதலி. பெண் சுகத்தை அவனுக்குள் மலரச் செய்து அவனுக்குள் வாசனையாகவே தங்கிவிட்டவள். அந்தக் கடற்கரையில் அதை நினைத்து, பிறப்பி லிருந்து தனக்கு விடுதலையில்லை என்று தினகர் பெருமூச்சுவிட் டான். அந்தப் பெருமூச்சு துக்கத்தாலல்ல. ஆயாசத்தால்.

நாராயண் தன் வக்கீல் தனத்திலிருந்து விடுபட்டு மீண்டும் பேசத் தொடங்கினான். இதமான நிலா வெளிச்சத்தில் தூய்மையான கடற் கரையில் அந்தப் பேச்சு கனவில் கேட்பதைப் போலத் தொடங்கி, தினகரை மீண்டும் வேதனைக்குள்ளாக்கியது.

. 6 .

'கங்குவின் மகன் பிரசாத். அவன் யாருக்குப் பிறந்தவன் எனத் தெரியாததால் ஹரித்துவாரின் பிரசாத் என்று பெயரிட்டோம்.' நாராயண் தெளிவான நகைச்சுவையோடு சொன்னது தினகரை உள்ளடக்கியதாக இருந்தது. இருபத்தைந்து வருடங்களுக்குப் பிறகும் அவனுக்கு அந்தப் பெயர் ஏற்புடையதாக இருக்கலாம் என்பதற்கான அன்னியோன்யத்தின் இனிய தொனி அதிலிருந்தது. தினகர் அந்தப் பேச்சால் நாராயண்மீது மரியாதை கொண்டான். நண்பன் தன்னை மிஞ்சுகிறானென்று சமாதானமடைந்தான். ஆனால் அதன் பிறகு நாராயண் பேசியது அவனை நிரந்தரத் துக்கத்தில் ஆழ்த்தியது.

'பிரசாத்துக்கு ஐந்து வயதாகும்வரை கங்குவும் நானும் கவலையில்லாமல், ஆனால் ரகசியமாக அவள் வீட்டிலேயே கூடினோம். சந்திரப்பா எங்களுக்குக் காவலாகிவிட்டிருந்தான். நானும் அவளும் அறைக்குள்ளிருந்தபோது அவன் வேலிக்கு வெளியே விறகு உடைத்துக்கொண்டோ கிணற்றிலிருந்து பூந்தோட்டத்துக்குத் தண்ணீர் இறைத்துக்கொண்டோ இருப்பான். யாராவது வந்து கேட்டால் கங்கு இல்லை என்று சொல்லிவிடுவான். அந்த மந்தப்புத்திக்கும் அவ்வளவு விவரம் புரிந்ததென்று எனக்குச் சங்கடம் உண்டாயிற்று. கங்குவுக்கு எப்படித் தோன்றியதோ? அவன் உதவிக்கு எப்படி நன்றி தீர்ப்பதென்று எங்களுக்குத் தெரியவில்லை. பிரசாத் வளர வளரக் கவலைகளும் அதிகரித்தன. நாங்கள் கூடுவதே அவசரமானதாக ஆகிவிட்டிருந்தது. அது சீக்கிரம் முடிந்தால் போதுமென்று அவளுக்குத் தோன்றியதென்று என் கவனம் சிதறியது. உன்னைப் பற்றிய யோசனையும் வந்தது. ஆனால் சுகம் அனுபவித்த பிறகு நீ கங்குவிடம் ஒட்டிக்கொண்டிருக்கவில்லை. எங்களைப் பொருத்தவரையில் கண்ணில்படாமல் மறைந்துவிட்டிருந்தாய். பிரசாத் மட்டும் உன்னை நினைவுபடுத்திக்கொண்டிருந்தான்.

'பிரசாத் வளரவளரக் கவலைக்கு ஆட்பட்டான். பள்ளிக் கூடத்தில் பிள்ளைகள் அவனைக் கேலி செய்தார்கள். என் மகன் கோபாலும்

கவலைப்பட்டான். தான் வளர்த்த குழந்தையைப் பார்ப்பதற்காக அவள் வந்தால், கோபால் அவளைக் கண்டவுடனே எரிச்சலடைவான். என் அம்மா அதட்டினால் மட்டும் பேசாமலிருப்பான். அம்மாவின் பாதுகாப்பில் நான் ஒழுக்கமின்றி நடந்துகொள்கிறேனென்று அவ்வப்போது எண்ணினேன். ஆனால் அப்படியெல்லாம் எண்ணுவதால் ஏதும் பலனில்லை. அதனாலெல்லாம் மாயையிலிருந்து நாம் விடுதலை அடைவதில்லை. நான் புகழ்பெற்றவனானதால் எல்லோரும் என்னை ஏற்றுக்கொண்டதைப் போலத் தெரிந்தது. எங்கள் தொடர்பு எல்லோரும் அறிந்த ரகசியமாயிருந்தது.

'பிரசாத் வீட்டிலிருந்தபோது நான் போனதில்லை. அதனால் நாங்கள் ரகசியமாகக் கூடுவது படிப்படியாகக் கடினமாகிக் கொண்டேபோயிற்று. நாங்கள் திருப்தியோடு கூடிப் பத்து வருடங்களுக்கு மேலாகியிருக்கும். அதற்குக் காரணம் ஒரு நாள் பிரசாத் தாயிடம், "அவன் என் அப்பனென்றால் உன்னைத் திருமணம் செய்துகொள்ளட்டும்" என்று வாய்விட்டுச் சொல்லிவிட்டானாம். அது எனக்குச் சாத்தியமில்லை என்று எண்ணி வேதனைப்பட்டேன். ஆனால் வேதனைப்பட்டு என்ன பயன்?

'பிரசாத் பள்ளிக்குச் செல்வதையே நிறுத்திவிட்டான். வீட்டில் மந்தமாக உட்கார்ந்திருக்கத் தொடங்கினான். கங்கு மிகவும் நல்ல டீச்சரென்று பெயர் எடுத்திருந்தாள். மகனைப் பற்றிய துக்கத்தை வயிற்றில் கட்டிக்கொண்டு வேதனையடையத் தொடங்கினாள். புலம்பத் தொடங்கினால் தொடர்ந்து புலம்பிக்கொண்டே இருப்போம். எதுவும் மாறாது. எப்படி அவள் என்னை விட்டு விலக முடியும்?

'எல்லாம் மாறத் தொடங்கியது. பிரசாத் சங்கீதம் கற்கத் தொடங்கினான். சங்கீதத்தில் அவன் மேலும் மேலும் முன்னேறிக்கொண்டே போனான். யாருக்காகவும் அவன் பாடுவது இல்லை. ஒவ்வொரு சமயம் எங்கள் வீட்டுக்கு வந்து அம்மாவுக்கு மட்டும் பஜனைப் பாடல்களைப் பாடுவான். ஆனால் தன்னைப் பெற்ற தாய்க்கு மட்டும் அவன் பாடிக் காட்டியதில்லை. நான் எதிரில் வந்தாலோ பாடுவதை நிறுத்திவிடுவான்.

'என்ன விசித்திரமென்றால், வீட்டில் தன் அறையில் அமர்ந்து சந்திரப்பாவின் எதிரில் மட்டும் அவன் மணிக்கணக்காகப் பாடிக்கொண்டிருப்பான். ஒன்றும் தெரியாதவனென்றும் பசுவைப் போன்றவனென்றும் நாங்கள் அறிந்திருந்த சந்திரப்பா பிரசாத்தின் எதிரில் வாய்திறந்து உட்கார்ந்து மணிக்கணக்காகக் கேட்டுக்கொண்டிருப்பான். பாடுவதற்கு முன்பும் பாடி முடித்த பின்பும் பிரசாத் சந்திரப்பாவையும் தன் தம்பூராவையும் விழுந்து வணங்குவான்.

'பிரசாத்தின் விரக்தி வளர்ந்துகொண்டே போயிருக்க வேண்டும். அதற்குப் பிறகு என்னைக் கண்டாலும் சகித்துக்கொள்வதைப் போலத் தெரிந்தான். அவன் என்னைக் கண்டு புன்னகைத்தான்

• பிறப்பு •

என்றால், என் சொந்த மகன் ஏற்படுத்திய எரிச்சல்களையெல்லாம் மறந்தவனாக, நாள் முழுக்க நான் உற்சாகமடைவேன். பிரசாத் என்னைப் பொருத்தவரையில் என் அம்மா சொல்வதைப் போலப் பவித்திரமான சுகமுனியைப் போலாகிவிட்டிருந்தான். அவனுடைய நீளமான தாடி, தோளின் மேல் விழுந்த தலைமுடி, அவன் உடுத்துப் போர்த்திய சாதாரண வெள்ளை வேட்டி, அமைதியான அவன் கண்கள் இவற்றால் அவன் ஒரு ரிஷிகுமாரனைப் போலிருந்தான். அவன் யாருடைய மகனும் அல்ல. கடவுளின் மகன் என்று நான் அமைதியடைந்தேன்.

'இன்று காலை எல்லாமே மாறிவிட்டது. பிரசாத் தாயின் எதிரில் போய் நின்று, "நான் யார்?" என்றானாம்.

'ரிஷியைப் போலக் காணப்பட்ட மகனிடம் பொய்யும் சொல்ல முடியாமல் உண்மையும் சொல்லமுடியாமல், கங்கு கண் தளும்பிப் பேசாமலிருந்தாளாம். அவன் என் மகனென்று எல்லோரும் கேலி செய்ததைக் கேட்டிருந்த பிரசாத்துக்கு ஏன் சந்தேகம் வந்துவிட்ட தென்று கங்கு கலக்கமடைந்தாள். ஆனால் ஒரு கணத்தில் அவ ளுக்குப் புரிந்துவிட்டது. பிரசாத் அந்தக் கேள்வியை அவளிடம் கேட்கவில்லை. தன்னைத்தானே கேட்டுக்கொண்டான். "நான் யார்?" என்று மீண்டும் சொன்னவன், "அம்மா, இதைத் தெரிந்து கொள்வதற்கு நான் சன்னியாசம் வாங்கிக்கொள்ளலாமென்று இருக்கிறேன். நான் உன்னில் கருக்கொண்ட ஹரிதுவாருக்கே சென்று என் சங்கீதப் பயிற்சியைத் தொடர்கிறேன். அதற்கு உன் ஒப்புதல் வேண்டும். ஆனால் சம்சார மோகம் யாரையும் சுலபமாக விடாது. என்னோடு அப்பையாவையும் அழைத்துக்கொண்டு போகிறேன். அவர் என்னோடு அதிகம் ஒட்டுதலோடு இருப்பதைப் போலிருக்கிறது" என்று கங்குவுக்கு சாஷ்டாங்க நமஸ்காரம் செய்துவிட்டானாம். சந்திரப்பாவை அவன் அப்பையா என்று அழைப்பான்.

'கங்கு இப்போது கலக்கமடைந்திருக்கிறாள். இருக்கும் ஒரே மகனையும் இழந்துவிட்டால் தன்பாடு என்னவாகுமோ என்று கவலை கொண்டிருக்கிறாள். மகனைத் தக்கவைத்துக்கொள்வதற்கு ஏதேதோ உபாயங்களை என்னிடம் சொன்னாள். மகனுக்கு அவன் பிறப்பின் உண்மையைத் தெரிவித்துவிடுவது. அதாவது உன்னைப் பற்றியும் சொல்லிவிடுவது. இந்தச் சமயத்தில் நீ இங்கே வந்திருப் பதும் விதிப்படி நடந்திருப்பதாகவே தெரிகிறது. தான் உண்மையைச் சொன்னால் மகன் வீட்டிலேயே தங்குவானென்று கங்குவுக்கு ஒரு பிரமை. இன்னொரு பிரமை என்னவென்றால் சுவாமியின் எதிரில் என்னிடம் ஒரு தாலியைக் கட்டிக்கொண்டுவிட்டால் மகனின் மனக்கொந்தளிப்பு அடங்கும் என்பது.

'ஒன்றுக்கொன்று என்ன தொடர்போ தெரியாது. என் வக்கீல் புத்திக்கு அவை புரியவில்லை. நான் அதற்கு ஒப்புக்கொண்டு விட்டேன். ஆனால் என் பேராசைக்கார மகனைப் பற்றித்தான்

• 81 •

எனக்குக் கவலை. சொத்தைப் பொருத்தவரை எங்கே விட்டுக் கொடுக்க வேண்டிவருமோ என்று அவன் சண்டையிட்டு என்னைக் கொல்லவந்தாலும் ஆச்சரியமில்லை. அவனது அரசியல் எனக்குத் தெரியாதா? குண்டர்களை ஏவித் தன் எதிராளிகளை அவன் அடிக்கவைத்திருக்கிறான்.'

நாராயணின் பேச்சு திடீரென்று வக்கீல் தனத்தின் சாயலைக் கொண்டிருந்தது.

'என் பிரசாத்துக்கு மட்டும் விரக்தியில்லையா? என் எல்லா சொத்தையும் என் மகனுக்கே எழுதிப் பத்திரத்தை ரிஜிஸ்டர் செய்து விடுகிறேன். என் சொத்தில் பெரும்பகுதி என் சுயசம்பாத்தியமே. கங்குவின் வீட்டை அவள் பெயருக்கே ரிஜிஸ்டர் செய்துவிட்டேன். அவள் வருமானம் அவளுக்குப் போதும். எனக்கிருக்கும் ஒரே கவலை அம்மாவைப் பற்றித்தான். நான் கங்குவுக்குத் தாலி கட்டுவதை அம்மா கண்டிப்பாய் ஒப்புக்கொள்வாளென்று எனக்குத் தெரியும். ஒரு நாள் யோசனையிலிருந்த என்னைப் பார்த்து அர்த்த புஷ்டியோடு சொன்னாள், "உன் மகனுக்கு ஒரு பெண் பார்த்துத் திருமணம் செய்துவிடு. அவன் தனிக்குடித்தனம் போகட்டும். பையனுக்கும் பொறுப்பு வந்ததைப் போலாகும். அதன் பிறகு நீயும் உனக்குச் சரியென்று தோன்றுவதைச் செய்யலாம்" என்ற பிறகு முணுமுணுப்பதைப் போல என் காதில் வேறொன்றைச் சொல்லி ஆச்சரியப்படவைத்தாள்.'

நாராயண் பேச்சை நிறுத்தி, காரின் கதவைத் திறந்து தினகரை உட்காரவைத்து ஸ்டார்ட் செய்துவிட்டுச் சொன்னான், 'அம்மா என்ன சொன்னாள் தெரியுமா?'

தினகர் 'என்ன?' என்றான். காரைச் செலுத்தியவாறே நாராயண் மரியாதை மிகுந்த குரலில் சொன்னான், 'என் அம்மாவுக்கு மட்டும் இன்னொரு பிறவி எடுக்கவேண்டிய அவசியம் இல்லையென்று எனக்குத் தோன்றுகிறது. அவள் இந்தப் பிறவியிலேயே முக்தி யடைவாள்.'

சிறிது நேரம் கழித்துக் கம்மிய குரலில் நாராயண் சொன்னான், 'கங்குவும் நம் குடும்பத்தில் ஒருத்திதான் என்று அம்மா சொன் னாள். ஒரு வருடத்திற்கு முந்தைய பேச்சு இது. அம்மா சொன் னதைக் கங்குவிடம் கூறினேன். அதற்கு அவள், "அம்மாவின் அந்த வார்த்தைகளாலேயே நான் உங்கள் மனைவியாகிவிட்டேன்" என்றாள்.'

தினகர் அந்தப் பேச்சைக் கேட்டுக் குன்றிப்போனான். 'நாராய ணின் வாழ்க்கையில் நான் ஒரு பகுதி. ஆனால் அவன் விடுதலை யில் எனக்கு எந்தப் பங்கும் இல்லை. நாராயணுக்குக் குடும்பப் பொறுப்பு இருக்கிறது. ஆனால் எனக்கில்லை. அவன் சொல்வதைக் கேட்கிறவர்களும் அவனுக்கு எடுத்துச்சொல்கிறவர்களும் இருக்கி றார்கள். எனக்கு அப்படி யாரும் இல்லை. அவனுக்குச் சமூகத்தைப்

பிறப்பு

பற்றிய பயம் இருக்கிறது. அதில் அவனுக்கு ஒரு தீர்மானமான பாத்திரம் இருக்கிறது. எனக்கு இவை இல்லை. அவனுக்காக வேதனைப்படுகிறவர்களும் அவனை வேதனைப்படுத்துகிறவர்களும் இருக்கிறார்கள். நாராயணுக்குப் பிரசாத் இருக்கிறான். எனக்கு அவன் இல்லை. அவன் எனக்குப் பிறந்திருக்கலாம். இல்லாமலும் இருக்கலாம். ஆனால் அது தொடர்பாக நான் செய்வதற்கு ஒன்று மில்லை. எனக்கு இருப்பதெல்லாம் திக்பிரமை மட்டுமே. இந்த உடம்பு அப்படிப்பட்ட திக்பிரமையை நீண்ட காலம் தாக்குப்பிடிக் காது. என்னைப் போன்ற தற்குறிக்குக் குடும்பம் இல்லை; சன்னியாசம் இல்லை. எனக்கு எந்த ஆதார நிலையும் கிடையாது. நான் யாரென்று தேடினாலும் எந்தப் பதிலும் கிடைக்காது.'

. 7 .

நாராயண தந்திரி பிரதான சாலையிலிருந்து காரைத் திருப்பி ஏதோ சொன்னான். அது தினகருக்குக் கேட்கவில்லை. ஒத்தையாக இருந்த ஓர் ஓட்டு வீட்டின் முன்னால் காரை நிறுத்தினான். ‘எனக்கு மதுவருந்த வேண்டுமெனத் தோன்றும்போது நான் இங்கே வருவேன்’ என்று தினகருக்குச் சிறிது ஆச்சரியம் ஏற்படுத்தினான். சொந்த வீட்டைப் போல அதில் அவன் நுழைந்தபோது, வீட்டிற்கு வெளியே வெற்றுடம்பின் மீது துண்டு போர்த்தியிருந்த ஒருவன், ‘ரங்கம்மா, லாயர் வந்திருக்கிறார்’ என்று சத்தமாகச் சொல்லியபடியே எழுந்து நின்றபோது தினகருக்குச் சந்தேகம் வந்தது. ‘இந்த நாராயணும் என்னைப் போலத்தான். இவனுக்கும் நீண்ட நேரம் தீவிர உணர்ச்சி களைத் தாங்கும் வலிமையில்லை’ என்று நினைத்துக்கொண்டான். வெற்றிலை பாக்கு மென்றுகொண்டிருந்த கவர்ச்சியான கறுத்த பெண்ணொருத்தி முகத்தைக் காட்டி, ‘வாங்க. எவ்வளவு நாளாயிற்று நீங்கள் வந்து’ என்று உபசரித்தாள்.

நாராயண் வேறெதுவும் சொல்லத் தேவையிருக்கவில்லை. ஒரு பாட்டில் விஸ்கியும் ஜக்கில் தண்ணீரும் அவளே கொண்டுவந்து எதிரில் வைத்தாள். ‘நான் குடிப்பதை நிறுத்தியிருக்கிறேன். குறைந்த பட்சம் இந்த உடையை அணிந்திருக்கும் வரை’ என்றான் தினகர். ஆனால், நாராயண் ஊற்றிக்கொண்ட விஸ்கியின் வாசனையால் டெல்லியில் தான் கழித்த களிப்பான நாள்களின் நினைவு வந்து அவனுக்கு ஆசையெழாமல் இல்லை. தான் மீண்டும் அந்த வாழ்க் கைக்குத் திரும்ப வேண்டும் என்று நினைத்துக்கொண்டபோது தினகருக்கு எதுவும் புரியாத துளுவில் நாராயண் ரங்கம்மாவிடம் சொன்னான், ‘இவர் டெல்லியிலிருக்கும் என் சிநேகிதர். மிகப் பெரிய மனிதர். இப்போது விரதத்திலிருக்கிறார். இவருக்கு எலுமிச்சம் பழச் சர்பத் செய்துகொடு. வேறு எதுவும் இவருக்கும் வேண்டாம். எனக்கும் வேண்டாம்.’

ரங்கம்மா ஒய்யாரமாக உள்ளே போனதைக் கண்டு, 'இந்த நாராயணின் பாடு இவ்வளவுதான். ஆறுதல்களை வைத்துக் கொண்டே வேதனைப்படுகிறான். வேதனைப்பட்டுப் பயன் எதுவும் இல்லை என்று புரிந்துகொண்டு வேதாந்தியாகவும் ஆகியிருக்கிறான். இவன் மனம் மாறிப் புதியவனாகப்போவதில்லை. நானும் மனம் மாறிப் புதியவனாகப்போவதில்லை' என்று நினைத்துக்கொண்டிருந்தான். ஆனால் உண்மையிலேயே துக்கத்திலிருந்த கங்குவை ஊரறியத் திருமணம் செய்துகொள்வதற்குத் தயாரானவனை ரங்கம்மாவின் ஒய்யாரத்தைக் கண்டு சந்தேகித்ததற்காகத் தினகர் தன்னைப் பற்றியே வெட்கப்பட்டான்.

'நான் என்றென்றைக்கும் அப்பாவியாக இருந்ததே இல்லை. அப்பாவியாகாமல் முக்தியில்லை. அப்பாவியாவது இந்த உலகத்தில் வாழுகிறவரைக்கும் எனக்குச் சாத்தியமில்லை.

'ராமகிருஷ்ண பரமஹம்சர் ஒரு முறை காளி சிலையின் எதிரில் நைவேத்தியத்தை வைத்து, "தாயே இதை நீ உண்டே ஆக வேண்டும்" என்று காளி எழுந்தருளி அதை உண்பாள் என்ற நம்பிக்கை கொண்டவராக விக்கிவிக்கி அழுதுகொண்டிருந்தபொழுது கறுப்புப் பூனையொன்று வந்து நைவேத்தியத்தைத் தின்றதாம். அந்தக் கறுப்புப் பூனையே காளியென்று பரமஹம்சர் நினைத்துக்கொண்டாராம்.

'நானாயிருந்தால் அதை ஒரு பூனையாக மட்டுமே கருதியிருப்பேன். அதில் எனக்கு எந்த வருத்தமும் இல்லை. ஏனென்றால் நிஜமாக அது ஒரு கறுப்புப் பூனையே. ஓர் எலியைப் பார்த்திருந்தால் அதைப் பிடித்துத் தின்றிருக்கக்கூடிய பூனை.

'நாராயணையும் என்னையும் போல விவரம் புரிந்தவர்களுக்கு அப்பாவித்தனம், தரிசனம், ஆச்சரியம், மாற்றம், சம்சாரத்தில் திருப்தி எதுவும் இல்லை. உலக வாழ்க்கைக்கு மீறியதை இவ்வுலகில் வாழ்ந்து கொண்டே புரிந்துகொள்ள வேண்டும் என்ற ஆசை கொள்வதும் சாத்தியமில்லை. அதாவது எனக்குச் சொர்க்கமும் இல்லை, நரகமும் இல்லை. இருப்பதெல்லாம் தொல்லை மட்டுமே.'

நாராயண் விஸ்கியைச் சுவைத்துக்கொண்டே தாராளமாகப் பேசத் தொடங்கினான்.

'இந்தப் பழக்கத்தை மட்டும் நான் அம்மாவிடமிருந்து மறைத்திருப்பதாக நினைத்துக்கொண்டிருக்கிறேன். அல்லது நான் அப்படியே நினைத்துக்கொள்ளட்டுமென்று அம்மா நடிக்கிறாளோ! நாம் இப்படியாகிவிட்டோமே என்று கவலைப்பட்டு ஒரு பயனும் இல்லை. அமைதியாக இருந்துவிட வேண்டும். அமைதியாக இருப்பவர்களுக்குக் கடவுளின் கருணை தானாகவே வந்தடையுமாம்.

'அதிருக்கட்டும். சாஸ்திரிகளைப் பார். தங்கமான பெண்டாட்டியை அடித்து உதைத்து, அவள் ஒரு மலையாளிப் பண்டிதனோடு

ஓடிப்போகும்படி செய்தார். ஒரு பெட்டி நிறையத் தங்கத்தை நிரப்பிக்கொண்டு அவள் ஓடிப்போய்விட்டாளாம். ஆனால் அவருக்கும் ஒரு வைப்பாட்டி இருக்கிறாள். கல்யாணமாவதற்கு முன்பிருந்தே அவருக்கு அவளோடு தொடர்பிருந்தது. அவள் ரொம்ப நல்லவள். அவள் பேச்சைக் கேட்டு இன்னொரு திருமணமும் செய்துகொண்டார். இரண்டாம் மனைவிக்குப் பிறந்த மகளும் அப்பாவின் கெடுபிடியால் வெறுத்துப்போய் யாரையோ கல்யாணம் செய்துகொண்டு ஓடிப்போனாள். இப்படியாக சாஸ்திரிகள் இப்பொழுது புராணப் பிரவசனம் செய்துகொண்டு அலைகிறார். தன் வினைப்பயன் இப்படி என்று புரிந்துகொண்டிருக்கிறார். பைத்தியக் காரப் பிராமணன். பிறவிக் குணம் சுடுகாடு வரைக்கும் என்ற பழமொழி அதனால்தான். அப்படிப்பட்டவர்கள் நிஜமாகவே மாறினாலும் மக்கள் நம்புவதில்லை. சாஸ்திரிகளே மனைவியை அடித்துக்கொன்றார் என்கிறார்கள். அவளைப் புதைத்த குழியில் நட்ட பலா அதனால்தான் காய்க்கவில்லை என்று இங்கெல்லாம் வதந்தி பரவியிருக்கிறது. தங்கத்தை அவரே மறைத்துவைத்துவிட்டு வேஷம்போடுகிறார் என்கிறவர்களும் இருக்கிறார்கள்.'

நாராயண் பேச்சின் போதையிலேயே இருந்தான். கங்குவைப் புகழத் தொடங்கினான். 'நான் மது அருந்திக்கொண்டிருந்தது கங்குவின் வீட்டிலேயே. சீட்டில் எழுதிக்கொடுத்தால் போதும், பாவம் சந்திரப்பா, விஸ்கியும் ஐஸூம் வாங்கி வந்துவிடுவான். நான் கங்குவின் வீட்டில் ஒரு ஃபிரிட்ஜூம் வாங்கிவைத்தேன். எங்கள் வீட்டில் ஃபிரிட்ஜ் வேண்டவே வேண்டாம் என்று அம்மா சொல்லிவிட்டாள். அவளுக்கு மடி ஆசாரத்தில் நம்பிக்கை. கங்குவின் மகனுக்கு நான் அங்கே போய் விஸ்கி சாப்பிடுவது சரியாகப்படவில்லை எனத் தோன்றுகிறது. தன் வீட்டில் குடிக்கக்கூடாதென்று கங்கு என் காலைப் பிடித்துக்கொண்டு அழுதுவிட்டாள். அங்கே போய்க் குடிப்பதைவிட்ட பிறகு, அவளிடம் போவதும் நின்றது. இங்கு வரும் பழக்கம் தொற்றிக்கொண்டது. இதைத்தான் சம்சாரம் என்பது. உன்னைப் பற்றிய விபரங்களை நான் கேட்கவே இல்லை. ஆனால் கங்கு விசாரித்தாள். அவளுக்கு நான் என்ன பதில் சொல்லியிருக்கலாம் என ஊகித்துப் பார். உன்னைப் போன்ற கலைஞர்கள் கல்யாணம் செய்துகொள்ளாமல் தொல்லையில்லாமல் இருந்துவிடுவார்களாம் என்றேன். "பாவம் அவரும் ஏதோ துக்கத்திலிருப்பதைப் போலத் தெரிகிறார்" என்றாள் கங்கு.'

நாராயண் சிரிக்கத் தொடங்கினான். அவன் உள் மனத்தின் ஆயாசமெல்லாம் தீர்ந்ததைப் போலத் தெரிந்தது.

. 8 .

சாஸ்திரிகள் வந்து காத்திருந்தார். அம்மாவுக்கு விஸ்கியின் வாசனை தெரியாதிருக்கட்டும் எனத் தனக்குச் சாப்பாடு வேண்டாம் என்று நாராயண் நேராகத் தன் படுக்கையறைக்குப் போய் விட்டான். ஆனால் சீதம்மா இடித்த அவலைத் தயிரில் கலந்து அவன் படுக்கையறைக்கே அனுப்பினார். ஏனென்றால் சமைத்த உணவை அனுப்பக்கூடாது. மகனைப் பசியோடு படுக்கவிடவும் அவருக்கு மனம் வரவில்லை. தான் இரவுப்பொழுதில் பலகாரம் மட்டுமே சாப்பிடுவதாக சாஸ்திரிகளும் சொன்னதால், அவருக்கும் இடித்த அவல் தயிர் தந்து, தினகருக்கும் பேரன் கோபாலுக்கும் தான் தயாரித்த பதார்த்தங்கள் அனைத்தையும் பரிமாறினார்.

மத்தியானச் சாப்பாட்டிலிருந்து அது வேறுபட்டிருந்தது. இலை முழுவதும் பலவகைப் பொரியல்கள், அப்பளம், வடாம், பாயசம், துவையல் முதலானவை அழகாகச் சாதம் பரிமாறுவதற்கு முன்பாக வாட்டிய இலையில் வைக்கப்பட்டிருந்தன. வேறு பதார்த்தங்கள் பிறகு வரவிருந்தன.

சீதம்மாவுக்குப் பிடிக்குமென்று தினகர் அவருடைய பேரனைப் போலவே இலையைச் சுற்றியும் பரிசஞ்ஜனம் கட்டி, ஆபோஹனம் செய்துவிட்டுச் சாப்பிடத் தொடங்கினான். ‘உங்கள் பக்கத்துப் பிராமணர்களிடமும் இந்தப் பழக்கம் இருக்கிறதா?’ என்று சீதம்மா கேட்டது புரியாமல் கோபாலைப் பார்த்தான். கோபால் சீதம்மாவின் கேள்வியை விளக்கினான். தினகர் சீதம்மாவுக்கு ‘உம்’ என்று சொல்லி, சாஸ்திரிகளின் பக்கம் திரும்பி, ‘எனக்கு இடித்த அவல் தெரியவந்தது இந்த அம்மாவால்தான். என் சொந்த அம்மாவும் இந்தப் பக்கத்தைச் சேர்ந்தவராக இருந்திருப்பார் என்றால், எனக்கும் அவர் இடித்த அவலைத் தின்னக் கொடுத்திருக்க வேண்டும்’ என்று சொன்னான். தான் சொன்னதை அவருக்கு விளக்கும்படி கோபாலைக் கேட்டான். தனக்குப் பிடிக்குமென்று அந்தக் காய்கறிப் பதார்த்தங்களுக்கு நடுவே இடித்த அவலைக் கேட்டான்.

'அதிலேயே வயிற்றை நிரப்பிக்கொள்ளாதே. விரதமிருக்கும் முதியவர்கள் சாப்பிடும் பலகாரம் அது' என்று கொஞ்சம் மட்டும் சுவைத்துப் பார்க்கட்டுமென்று சீதம்மா இடித்த அவலைத் தினகருக்கு வைத்தார்.

இடித்த அவலைத் தினகர் சாப்பிடுவதையே சாஸ்திரிகள் மீண்டும் பார்க்கத் தொடங்கினார்.

'அது என்ன அந்தப் பையனைத் தின்றுவிடுவதைப் போலப் பார்த்துக்கொண்டிருக்கிறீர்கள்?' என்று சீதம்மா சிரித்ததைக் கேட்டு சாஸ்திரிகள் கலவரமடைந்தார். 'தேவி பகவதியே என்னைக் காப்பாற்று' என்று ஜபித்தார். 'இவன் முகத்தைப் பார்த்தால் பண்டிதனின் களையே தெரிகிறது. இவன் கண்கள் சரோஜாவினுடையதைப் போலிருக்கின்றன. ஆனால் இவனது மூக்கு, முகத்தின் நிறம், வாய் மூடியிருக்கும்பொழுது இறுகிய நிலையிலிருப்பதாகத் தெரியும் உதடுகள் பண்டிதனுடையவை போலவே இருக்கின்றன. சங்கீதம் கேட்டபடி அந்தப் பண்டிதன் இப்படித்தான் உட்கார்ந்திருப்பான். இவன் அவனுக்குப் பிறந்தவனோ?' என்று தங்கத்துடன் ஓடிப்போன பண்டிதன் மீதான வெறுப்பும் பொறாமையும் மீண்டும் தோன்ற அவர் தினகரைப் பார்த்தார்.

'இல்லை, இந்தச் செல்லப் பையன் என் மகனேதான். நான் பிளிறியபடியே இவனைப் பிறப்பித்தேன். என்ன மாயத்தாலோ மென்மையான உள்ளத்தைப் பெற்றவன். இவன் என்னுடையவன். ஆனால் என்னைப் போன்றவனல்ல' என்றெல்லாம் நினைத்துக் கொண்டு அந்தச் சந்தேகங்களுக்கு முடிவே இல்லையே என்று சாஸ்திரிகள் உள்ளுக்குள் புலம்பத் தொடங்கினார். 'என் நரகத்துக்கு நான் தனியாகப் போவேன். இது என் வினை' என்று பெருமூச்சு விட்டார். 'இந்த முதியவனுக்கு வழிகாட்டு பகவதி. பண்டிதனின் மீதான என் இதயத்திலிருக்கும் வெறுப்பை ஒழி. கருணை காட்டு' என ஜபித்தவாறே தன் பலகாரத்தைச் சாப்பிட்டு முடித்து, மறு நாளை எதிர்நோக்கி இரவெல்லாம் காத்திருந்தார்.

சவக்களை பொருந்திய தன் வீட்டிற்குத் தினகரை அழைத்துப் போகவேண்டுமா வேண்டாமா என்ற குழப்பத்தில் சாஸ்திரிகள் தூங்கவே இல்லை.

மறுநாள் எழுந்ததும் தினகர், 'கேரளாவிலிருந்து திரும்பி வரும் போது உங்கள் வீட்டில் தங்கிவிட்டுப் போகிறேன், போதுமா சித்தப்பா?' என்றான். ஏன் அப்படித் திடீரென அவனுக்குத் தோன்றியிருக்க வேண்டுமோ? ஆனால் சாஸ்திரிகளின் மனமும் அதனால் லேசாயிற்று. 'தேவியின் விருப்பம் அதுவாக இருக்க வேண்டும். என் மகனை வீட்டுக்கு அழைத்துப்போக எனக்குத் தகுதி வரும்வரை காத்திருக்க வேண்டும்' என்று நினைத்துக் கொண்டு காலைப் பலகாரம் சாப்பிட்டபின் தான் வந்திருந்த காரில் புறப்பட்டுப் போனார்.

• பிறப்பு •

தான் இன்னும் நீண்டநாள் வாழப்போவதில்லை, உயிர் வாழும் ஆசையை இழந்துகொண்டிருக்கிறேன் என நினைத்துக்கொண்டு சாஸ்திரிகள் ராதாவின் வீட்டிற்குச் சென்றார். தனக்கு யார் ஈமக் கிரியை செய்வார்கள் என்று அவர் தன்னையே கேட்டுக்கொண் டார். எல்லாம் விதிப்படி நடக்கட்டும் என்று பதிலைக் கடவுளிடம் விட்டுவிட முயன்றார்.

. 9 .

இரவு தன் அறைக்குச் சென்ற தினகருக்குத் தூக்கம் வரவில்லை. எழுந்து உட்கார்ந்தான். வாக்மேனில் சங்கீதம் கேட்க முயன்றான். ரசிக்க முடியவில்லை. திபெத்தியர்களின் பிரார்த்தனைச் சங்கீதம் எதார்த்தமானதல்ல எனத் தோன்றியது. அவன் இதயத்தில் அது எந்தப் பாதிப்பையும் ஏற்படுத்தவில்லை.

கடிதங்கள் எழுதலாம் என்று தினகர் நினைத்துக்கொண்டான். ஆனால் முதல் கடிதத்தை அதை என்றென்றைக்கும் படிக்கமாட்டாத மகாமாதாவுக்கு எழுத வேண்டியிருந்தது. அவ்வாறு தனக்காக ஒரு கடிதத்தைத் தன்னால் மகாமாதாவாகிவிட்ட ஒருத்திக்கு எழுதுவதே அவனது அபத்த மனநிலையைக் காட்டியது. கடிதத்தை ஆங்கிலத்திலேயே எழுதத் தொடங்கி, ‘அன்புள்ள திருமதி மகாமாதா’ என்று ஆரம்பித்து, சிரித்துக்கொண்டு, அதை அடித்துவிட்டு மீண்டும் வேறொரு தாளில், ‘அன்புள்ள மகாமாதா’ என்று தொடங்கினான். மகாமாதாவுக்குப் பிடிக்குமென்று மேலே ‘ஓம் நமோ பகவதி’ என்று தேவநாகரியில் எழுதினான்.

* * *

அன்புள்ள மகாமாதா,

என் கஷ்ட காலத்தில் உன்னையும் கங்குவையும் என் மனசிலேயே நான் தேடத் தொடங்கியபோது, உன்னைப் பற்றி ‘இல்லஸ்ட்ரேட்டட் வீக்லி’யில் வந்திருந்த செய்தியைப் படித்தேன். அது நீயாகத்தான் இருக்க வேண்டுமென்பது நிச்சயமாயிற்று ஏனென்றால், அந்தச் செய்தி இப்படித் தொடங்கியிருந்தது. ஒரு நாள் ரயிலில் நீ காசிக்குப் போய்க்கொண்டிருந்தபோது, தற்செயலாக உனக்குத் தெரியும்படி படுத்திருந்த ஓர் அழகான இளைஞனைப் பார்த்தாய். அப்போது உனக்கு முற்பிறவியில் ராதாவாகப் பிறந்திருந்தது நினைவுக்கு வந்தது. தெய்வீகக் காதல் உன்னில் இருந்திருந்தாற் போலச் சுடர்விட்டது.

நீ எதுவும் செய்ய முடியாதவளானாய். உனது இப்பிறப்பின் தேகத்தால் அதைத் தாங்கிக்கொள்ள முடியவில்லை. உன்னோடு உன் தந்தையும் பயணம் செய்தாரென்பதை மறந்து விட்டாய். ஏதோ ஒரு நிறுத்தத்தில் ஒரு கணம் நின்ற ரயிலிலிருந்து நீ உடுத்த துணியோடு இறங்கிவிட்டாய். ஒரு சன்னியாசினியைப் போல அலையத் தொடங்கினாய்.

அப்படி அலைந்துகொண்டே இருந்தபோது ஓர் அரசமரத்தின் கீழே களைத்துப்போய் உட்கார்ந்திருந்தாய். புல்லாங்குழல் வாசித்துக் கொண்டிருந்த ஓர் இடையனைக் கண்டாய். அவனும்கூட நீ ரயிலில் பார்த்தவனைப் போலவே பிறப்புச் சுழலிலிருந்து உன்னை விடுவிக்க வந்த சாட்சாத் ஸ்ரீகிருஷ்ண பரமாத்மாவாகவே இருந்தான். அவனது புல்லாங்குழல் இசையைக் கேட்டவாறே இகத்திலிருந்து முக்திய டைந்து சாட்சாத் ராதாவாகவே ஆகிவிட்டாய்.

இப்படி உன்னைப் பற்றிய செய்தி அதிலிருந்தது. அதோடு உன் இப்போதைய தோற்றத்தின் படங்களும் வெளியாகியிருந்தன. எனக்கு மட்டும் உன் கண்களில் தங்கியிருந்த பழைய குறும்புத்தனம் தெரிந்தது.

அன்புள்ள மகாமாதா, உன் இந்தப் பிறப்பில் நீ முதல் காதல் அனுபவத்தை அடைந்தது கிருஷ்ணனைப் பார்த்தல்ல. இப்போது கவலையில் அல்லாடும் என்னைப் பார்த்தே. ஞாபகப்படுத்துகிறேன் கேட்டுக்கொள்.

இருபத்துநான்கு வருடங்களுக்கு முன்பு நீ பதினெட்டு வயதுப் பெண்ணாயிருந்திருக்க வேண்டும். அன்று தற்செயலாக நான் இரண் டாம் வகுப்பில் பயணம் செய்யவேண்டி வந்தது. நீ நடு பர்த்தில் படுத்திருந்தாய். உன் தந்தை உனக்குக் கீழ் பர்த்தில் படுத்திருந்தார். பின்னர் நீயே என்னிடம் சொன்னபடி, கணவனுடன் வாழ முடியா தென்று அடம்பிடித்த உன் கிரகம் தொலையட்டுமென்று அவர் உன்னைக் காசிக்கு அழைத்துப்போய்க்கொண்டிருந்தார். (கல்லூரி யில் படித்துக்கொண்டிருந்த பெண்ணாயிருந்ததால் இதெல்லாம் உன் இனிமையான அரைகுறை ஆங்கிலத்தில் நீ எனக்குச் சொன்னவை.)

முக்கிய விஷயத்துக்கு வருகிறேன். நீ எனக்குத் தெரியும்படி நான் ஜன்னலுக்குப் பக்கத்துப் பர்த்தில் படுத்திருந்தேன். நீ படுத்திருந்த நடு பர்த்தின் கொக்கி சரியாக மாட்டப்படவில்லை என்ற என் கவலை உன்னை நன்றாகப் பார்க்க வாய்ப்பாயிற்று. நீயும்கூட உன் இரண்டு கண்களாலும் என்னை விழுங்கிவிடுவதைப் போலப் பார்க்கத் தொடங்கினாய். உன் அப்பா என்னைச் சந்தேகத்துடன் பார்த்தபடியே படுத்திருந்தாரென்பது உனக்குத் தெரிந்திருக்க வில்லை. பொய்யாக எதையோ தின்னும் சாக்கில் வாயை அசைத்த வாறே உன் உதடுகளை நீயே மென்மையாகக் கடித்துக்கொள்ளத் தொடங்கினாய். உன் முலைகள் உனக்கே பாரமென்பதைப் போல உன் கைகளால் கொஞ்சம் வழித்து எடுத்துப்போட்டுவிடுபவளைப் போல நடித்தாய். போர்வைக்குள் கையைவிட்டுப் புழுக்கம் என் பதைப் போலக் காற்றாடியைப் பார்த்தவாறே உன் சோளியின்

• அனந்தமூர்த்தி •

பொத்தான்களை அவிழ்த்தாய். தலைமுடியை நீவிக்கொண்டாய். உன் உதடுகளைக் கடிக்க வேண்டுமென்று எனக்குத் தோன்றியதை நீ தெரிந்துகொண்டதைப் போலக் கண்களைச் சிமிட்டினாய். மிகக் குறும்புத்தனமான கண்கள் உன்னுடையவை. தமக்குள்ளேயே சிரிக்கும் கண்கள் அவை. இன்றைக்கும் உன் கண்கள் அப்படியே இருக்கின்றன.

ஒரு வருடத்துக்கு முன்பு கங்கு என்னும் ஒரு பெண்ணைத் தேகங்கள் ஒன்றாகிக் கரைந்துபோகும்படி காதலித்த நினைவு வந்தது. உன்னை விழுங்கிவிடுவதைப் போலப் பார்த்தவாறே, கொக்கியில்லாமல் உன் பர்த் கழன்றுவிடுமென்ற என் கவலை காரணமென்பதைப் போல, நான் எழுந்து நின்று உன் தொடை களைத் தொடும்படி என் இடது கையை நீட்டினேன். நீயோ என் கையில் படுமாறு மெதுவாக உன் வலது தொடையை என் இடது கைக்கு ஒற்றினாய்.

நீ படுத்திருந்த பர்த்தின் கொக்கியைத் தூக்கி மாட்டிக்கொண்டி ருந்த என்னை உன் அப்பா, 'டேய்' என்று தடுத்து இழுத்து எழுந்து நின்று அடித்துக் கத்தத் தொடங்கினார். கரிசனத்தோடு உன் பர்த்தைத் தூக்கிக் கொக்கியை மாட்டிக்கொண்டிருந்த ஒருவனை (வசீகரமான நாகரிக வேடத்திலிருந்தவனான என்னைப் போன்ற ஒருவனை) அந்த அபூர்வமான பரோபகார உணர்வைப் பாராட்டிக் கொண்டிருந்த மற்ற பயணிகள் சதா எரிச்சல்படும் முகத்தவரான உன் அப்பாவைத் திட்டித் தீர்த்தார்கள். அதையெல்லாம் குறும்புத் தனத்தோடு பார்த்துக் கொண்டிருந்த நீ எதுவும் போசாமல் ஒரு முடிவுக்கு வந்திருந்தாய் என்று எனக்குத் தெரிந்துவிட்டது. இந்த ஐயப்ப விரத வேடத் திலும் பெண் மனத்தை அறிவதில் நான் நிபுணன். அநாகரிகமான உன் அப்பாவினால் காரணமில்லாமல் நான் அவமானப்பட்டாலும், உன் மூர்க்க அப்பனை மன்னித்து விட்டதாக நடித்தேன். எல்லோரும் விளக்குகளை அணைத்த பிறகு நீ மெதுவாக எழுந்து போனாய். நீ எங்கே போனாய் என்பதை ஊகித்த நானும் நேராக எழுந்துவந்து கழிப்பறைக் கதவைத் தள்ளினேன். அதற்குள்ளிருந்த நீ என்னைத் தழுவிக் கொண்டாய். நீ உன் சோளியின் பொத்தான்களை மட்டும் கழற்றியிருக்கவில்லை. கழிப்பறையில் மிக வேகமாக உன் பிராவையும் அவிழ்த்து இடுப்பில் சொருகினாய்.

அங்கு வீசிய மூத்திர நாற்றத்தை நாமிருவரும் பொருட்படுத்தவே இல்லை. நான் உன் உதடுகளைக் கடிக்கத் தொடங்கினேன். நீ விடுவித்துக்கொண்டு என் காதையும் முகத்தையும் கடித்தாய். உன் நெஞ்சில் என் கைகளை எடுத்துவைத்துக்கொண்டு என்னிடம் இப்படிச் சொன்னாய். நீ கல்லூரியில் படிக்கும் பெண். வற்புறுத்திச் செய்துவைத்த திருமணத்தில் உனக்கு விருப்பமில்லை. நான் கூப் பிட்ட இடத்திற்கு என்னோடு வரத் தயார். காதலின் மகிழ்ச்சியி லும் மூர்க்கத்தனத்தாலும் ஒரு தேவதையைப் போல நீ எனக்குத் தெரிந்தாய். ரயில் ஏதோவொரு நிலையத்தில் வந்து நிற்பதைப்

போல வேகம் குறையத் தொடங்கியது. அங்கேயே நாமிருவரும் இறங்கி ஓடிப்போய்விடலாம் என்றாய். உன்னை மோகித்தாலும் எனக்கு அவ்வளவு தைரியம் வரவில்லை. ஆனால் அது புணர்ச் சிக்கு முன்பான தயார்ப்படுத்தல் என்பதைப் போல 'ஆகட்டும்' என்று உன்னைத் தடவத் தொடங்கினேன்.

நீயோ பைத்தியக்காரப் பெண். இறங்கியேவிட்டாய். கணநேரம் மட்டும் நின்ற ரயில் புறப்பட்டுவிட்டது. அதன் பிறகு உன்னைக் காணாமல் உன் அப்பா புலம்பியபடியே பெட்டி, படுக்கைகளைத் தூக்கிக்கொண்டு அடுத்த ஸ்டேசனில் இறங்கியதும் எனக்கு என்ன செய்ய வேண்டுமெனத் தோன்றாமல் பேசாமலிருந்துவிட்டேன். கங்குவிற்குப் பிறகு அது என் முதல் பின்வாங்கல். நான் யாரையும் காதலிக்கவோ எதையும் முழுத்தீவிரத்துடன் அனுபவிக்கவே மாட் டேனோ என்னவோ என்று என் மனோரதமான ஆளுமையைப் பற்றியே, அந்தச் சம்பவத்திற்குப் பிறகு, சந்தேகப்பட்டுப் புலம்பத் தொடங்கினேன். இப்போதும் அதே புலம்பலிலிருந்து விடுபடாத நான் உனக்கு இந்தக் கடிதத்தை எழுதிக்கொண்டிருக்கிறேன்.

பல வருடங்களுக்குப் பிறகு நான் புகழ்மிக்கவனானேன். பல பெண்களுடன் தொடர்பேற்பட்ட பிறகு ஒருத்தியை மணந்து கொண்டேன். அதன் பிறகு நானில்லாதபோது, வேறொருவன் தோளில் என் தோளின் மீதிருந்ததைவிட அதிக இன்பம் துய்த்துக் கொண்டிருந்த என் மனைவியின் துரோகத்தால் கோபம் கொண்டு அவமானமடைந்தேன். என் தங்கத்தில் அவளுக்கு எவ்வளவு கொடுத்தால் என்னை விட்டுவிலகுவாள் என்னும் விவகாரத்தில் எங்கள் சண்டை வளர்ந்து கொண்டே சென்றதில் மனமுடைந்தேன். ஆனால் மனம் மாறவில்லை. ஏனென்றால் சொத்துக்காக அவள் என்னை மணந்துகொண்டு வேறொருவனோடு தொடர்புவைத்துக் கொண்டிருந்ததைப் போலவே, கிளாமர் உலகத்தவனான நான் அந்தக் கிளாமர் உலகத்தைச் சேர்ந்த அவளைத் திருமணம் செய்து கொண்டு பல பெண்களுடனான தொடர்புகளைச் சர்க்கஸில் கயிற்றின் மேல் நடப்பவனைப் போலச் சமாளித்தேன். நான் யார்? என் உண்மைச் சொரூபம் எது? என்று தெரியாததினாலேயே இந்தப் பிறப்பின் பிரமைகளுக்கு நான் ஆட்பட்டிருப்பதாகச் சொல்லலாம். அது எனக்குத் தெரியும். எனக்கு இந்த உண்மை தெரிந்திருந்தாலும், பிரமையிலிருக்கும் உருப்படாத எனக்கு அது விருப்பமான ஒன்றாகவும் இருந்தது.

ஒருத்திக்கு ஒதுக்கிய நேரத்தை மறந்து வேறொருத்திக்கு அதே நேரத்தைத் தெரியப்படுத்துவது ... ஒருத்தியின் கோபம் தணியட்டு மென்று இன்னொருத்திக்கு மோசம் செய்வது ... அப்படிப்பட்ட கோபாவேசங்களை உண்டாக்கியபடி காமக்கேளிக்கையின் விதவித மான சுகங்களை அனுபவித்துக்கொண்டு விரகதாபத்திற்கு நான் அடிமைப்பட்டுக் கிடந்தேன். அதனால் ஆயாசம் என்னில் வளர்ந்து,

எனக்குள்ளிருந்த வேறொரு நாதத்தைப் பலவீனமடைந்து கேட்கும் படி செய்தது.

என் மனைவியோடு சேர்ந்து வாழவும் முடியாமல், விட்டு விலக வும் இயலாமல் ஒரு நாள் சம்பிரதாயத்துக்காக அவளுடன் தாஜ் கான்டினென்டல் ஹோட்டலில் சுகமான வாசனை மிக்க டார்ஜிலிங் டீ குடித்துக்கொண்டிருந்தவன், நேராக வங்கிக்குப் போய்ப் பாதுகாப்புப் பெட்டகத்திலிருந்து என் தாய் விட்டுப்போன தங்கத்தின் சில கட்டிகளை எடுத்துவந்து – சுமார் இருபது லட்சம் விலை பெறும் – அவளுக்கு ஆச்சரியமுண்டாகும்படி கொடுத்து விட்டேன். அப்போது அவள் முகம் மலர்ந்த விதத்தை என்றென் றைக்கும் மறக்கமாட்டேன். அப்பாவிக் குழந்தையின் மகிழ்ச்சியை அவளிடம் கண்டேன். அவ்வாறு தங்கம் அவளிடம் உண்டாக்கிய பிரமையைக் கண்டு எனக்கு உடல் சிலிர்த்தது. அவள் மீதிருந்த வெறுப்பெல்லாம் காணாமல்போனதாகத் தோன்றியது.

ஆனால் அந்த வெறுப்பு மீண்டும் திரும்புவதுண்டு. ஒரு மாலை நேரம் என் பிளாட்டின் கதவை என் சாவியால் திறந்து வரவேற் பறையில் சத்தமில்லாமல் நான் நின்றபோது, அவள் பரமசுகத்தில் வேதனைக்குரல் எழுப்பிக்கொண்டிருந்தாள். அவள், அவளுடைய கள்ளக் காதலன் – அவன் ஓர் உதவாக்கரை இஞ்சினியர் – இருவரும் திக்கித் திணறும் தொண்டையில், மிருகங்களைப் போல எழுப்பிய விசித்திரமான ஓசை என் நினைவுக்கு வரும்போது அவள் மீதான வெறுப்புத் திரும்பும். அதற்கு மேலும் பொறுத்துக்கொள்ள முடியா மல், அவளைச் சமையலறையிலிருந்த கத்தியால் குத்திச் சாகடிக்க வேண்டுமெனத் தோன்றியது. தனக்குச் சொந்தமான பெண் தான் கொடுத்த இன்பத்தையே வேறொருவனிடமிருந்து பெறுகிறாள் என்பது பெரும் காமுகர்களுக்கும் வியப்பூட்டும் விஷயம். வியப்பினாலும் விடுதலை சாத்தியமாகலாம் அல்லவா?

இருந்தாலும், தங்கத்தின் பிரமையில் சிக்குண்ட அவள் பார்வை யில் என் விடுதலைக்கான அறிகுறியைக் கண்டு, விரதத்தின் இந்த வேடத்தைப் போட்டுக்கொண்டு, என் வேலைகளையெல்லாம் தள்ளிப்போட்டுவிட்டு, மூன்று மாதங்களாகப் புண்ணியச் க்ஷேத்தி ரங்களுக்கு அலைந்தபடி, மன அமைதியும் இல்லாதிருந்தபோது, உன்னைப் பற்றிய செய்தியை வாசித்தேன். மீண்டும் விடுதலையின் நம்பிக்கை ஏனோ பிறந்தது. நீ ஆசிரமம் அமைத்துக்கொண்டிருக்கும் மெட்ராசுக்கு அருகிலுள்ள உலகப்புகழ்பெற்ற கிராமத்திற்கு ஒரு வாரத்திற்கு முன்பு வந்தேன்.

எவ்வளவு ஜனங்கள், என்ன கோலாகலம்! எங்கெங்கும் உன் வண்ணப் படங்கள், உன் உருவம் வரைந்த துணிகள், உன் உருவம் பதித்த ஸ்டிக்கர்கள், உன் உருவம் பதித்த தட்டுகள். உன் ஆசிர மத்தைச் சுற்றியும் ஒரு நவீன சூப்பர்மார்க்கெட் காணப்பட்டது. நிராசையுண்டாயிற்று. ஆர்வமும் ஏற்பட்டது. உன்னைப் பார்க்க வந்தவர்களுக்கு அவரவர் தகுதிக்கேற்பத் தங்குவதற்கான அறைக

ளும் இருந்தன. ஆனால், கடற்கரையிலுள்ள அந்தக் கிராமத்தில் உன் மகத்துவத்தால் உருவாகியிருந்த சுற்றுலா விடுதியொன்றில் தங்கினேன். என்னைப் போலவே உன்னைப் பார்ப்பதற்காக வந்த சில வெளிநாட்டுப் பயணிகளும் அங்கே தங்கியிருந்தார்கள்.

நீ ஒவ்வொருவரையும் அதிகபட்சம் ஒரு நிமிடம் தனியாகப் பார்ப்பாய் என்றார்கள். பத்துமணி நேரம் அசையாமல் பகவதியைப் போல நீ உட்கார்ந்திருந்தால் சுமார் அறுநூறு பேரை மட்டுமே நீ பார்க்க முடியும். என் டிவி புகழை எல்லோரிடமிருந்தும் மூடி மறைத்திருந்த நான் உன் ஆசிரம நிர்வாகிகளிடம் மட்டும் அதை வெளிப்படுத்தி, மூன்று தினங்களுக்குப் பிறகு உன்னைச் சந்திக்கும் பாக்கியவனானேன். அரை நிமிடத் தரிசனத்திற்கான ஒரு கிலோ மீட்டர் நீள வரிசை முடிந்த பின்னர் விஐபிகளின் ஒரு நிமிடத் தரிசனத்திற்கான சின்ன வரிசையில் நின்று, என் காரணமாக விடுதலை பெற்ற உன் முகத்தை மீண்டும் தரிசிக்கக் காத்திருந்தேன். எதிர்பார்ப்பில், கவலையில், சந்தேகத்தில்.

அரை நிமிட வரிசைக்காரர்கள் ஆசீர்வதிக்கும் உன் கைகளால் தங்கள் தலை தடவிக்கொள்ளுமளவுக்கு மட்டுமே பாக்கியசாலிகள். ஆனால் ஒரு நிமிட வரிசைக்காரர்கள் உன்னால் அரவணைக்கப் படக்கூடிய புண்ணியவான்கள். அங்கிருந்த பயணிகளின் வியப் பூட்டும் கதைகளில் ஒன்றை நான் கேள்விப்பட்டேன். யாருடைய பக்தி பரிசுத்தமானதோ, யார் பிறப்பின் கல்மிஷத்திலிருந்து விடு படுமளவுக்கு வினைகளையெல்லாம் நசித்துவிட்டு விடுதலையின் விளிம்பில் நிற்கிறார்களோ அவர்களை நீ அணைக்கும்போது உன் மார்பில் பால் சுரப்பது தெரியுமாம். அதை நீ அவர்கள் கண்ணில் தடவுவாயாம். சுப்ரீம் கோர்ட்டின் முதிய நீதிபதி ஒருவருக்கு உன் மார்பில் பால் தெரிந்தது. அவர் எல்லாவற்றையும் விட்டுவிட்டு உன் ஆசிரமத்தின் முக்கிய நிர்வாகிகளில் ஒருவராகி விட்டாராம்.

எனக்கு முன்னாலிருந்தவர்களின் ஒரு நிமிடத் தரிசனத்தின் பாக்கியத்தைக் கவனித்துக்கொண்டு, அவர்களை எண்ணிக் கொண்டு, என் முறையை எதிர்பார்த்து, நெருங்கியவாறே, தலையை நீட்டியாவது உன்னைப் பார்த்துவிடலாம் என்றிருந்தால், முழுவதும் நேருக்கு நேர் வருகிற வரைக்கும் உன் முகம் தெரியாதவாறு கோணல்மாணலாக அந்த வரிசையை உன் ஆசிரம நிர்வாகிகள் அமைத்திருந்தார்கள். உன்னைத் தரிசிப்பது திடுமெனக் கிடைக்கும் ஓர் அனுபவமாக இருக்க வேண்டும் என்பது அவர்களது திட்டத் திலிருந்து தெரிந்தது.

டிவியில் எதை எப்போது எந்தளவு திடுமெனக் கொண்டுவந்து பார்வையாளர்களின் ஆர்வத்தைத் தக்கவைத்துக்கொள்ள வேண்டும் என்பதில் நிபுணனான நான் படிப்படியாக என் ஆர்வத்தை இழந்துகொண்டிருந்தேன். அப்படிப்பட்ட உத்திகளால் வெறுப் படைந்தல்லவா நான் உன்னைத் தேடிக்கொண்டு வந்திருந்தேன்! காமக்கேளிக்கைகளில் கலைஞர்களாகிவிட்டவர்களும் ஒவ்வொரு

கட்டமாக ஆக்கிரமிக்கும் அப்படிப்பட்ட உத்தியை வேண்டுமென்றே கையாளுகிறார்களல்லவா?

உன்னை அமைதியாகப் பார்த்தேன். அத்தனை பேரைத் தொட்டு அணைத்தாலும் நீ களைப்படைந்ததாகத் தெரியாதது ஆச்சரியமாயிருந்தது. என்னை அணைத்துக்கொண்டாய். ஆனால் உன் மார்பில் பால் சுரக்கவைக்குமளவுக்கு நான் புண்ணியவானல்ல. உன் கண்களில் அந்தப் பழைய குறும்புத்தனம் தங்கியிருந்ததைக் கண்டிருந்தேனல்லவா? அந்தக் குறும்புத்தனத்திலிருந்து நீ எப்படி விடுபட்டாய்? விடுபட்ட பிறகும் அவரவர் பிறப்பில் நாம் சிக்குண்டிருக்கிறோ மல்லவா? நீ இன்னும் சிறுநீர் கழிக்கிறாய்தானே? இப்படி என்னென்னவோ நான் யோசித்துக் கொண்டிருந்தபோது என்னை நீ அணைத்தாய்.

எவ்வளவு நேரமானாலும் திகட்டாத திவ்யமான அன்புடன் நீ என்னை அணைத்தாய். அதனால் நான் ஆச்சரியமடைந்தேன். அந்தக் கணம் நான் மட்டுமே உன்னெதிரில் இருப்பதாக என்னை உணரச் செய்தாய். எனக்குப் பின்னாலிருந்தவனுக்கும் அதே உணர்வெழும்படி செய்தாய். உனக்கு அதுவும்கூட எப்படிச் சலிப்பைத் தராத கைவந்த கலையானது என்று மீண்டும் யோசித்தேன். இருக்கட்டும். உட்கார்ந்தேயிருக்க வேண்டிய நீ பாவம். உன் வயசுக்கு மீறிப் பருத்துவிட்டாய் எனவும் தோன்றியது.

உன்னைப் பார்த்த பிறகு, எனக்கு அம்மாவைப் போலாகிவிட்டிருந்த சீதம்மாவையும் நான் விரக்தியில் தண்டிக்க முயன்று கொண்டிருக்கும் இந்தத் தேகத்துக்கே அதன் சுவை என்ன என்பதை ரகசியமாகக் காட்டிக்கொடுத்தவளான கங்குபாய் என்பவளையும் பார்ப்பதற்காகப் போய்க்கொண்டிருந்தவனுக்கு சாஸ்திரிகள் என்னும் முதியவரின் அறிமுகம் கிடைத்தது. இடித்த அவலைத் தின்ன வைத்து, அவர் எனக்கு ஏதோ முந்தைய பிறப்பில் உறவினர் என்பதைப் போல ஆகிவிட்டார்.

அன்புள்ள மகாமாதா, நானும் நாராயணும் ஒன்றாகக் காதலித்த கங்குவின் மகன் எனக்குப் பிறந்தவனா? அவன் விரக்திக்கு ஆட்பட்டு எல்லா உறவுகளையும் துறக்கும் திட்டத்தில் இருக்கிறானாம். இப்போது நான் என்ன செய்ய வேண்டும்? சொல். இந்தப் பிறப்பிலிருந்து எனக்கு முக்தியுண்டா? அல்லது அப்படிப்பட்ட முக்திக்கான விருப்பம் பிறவியிலேயே சந்தேகப் பிராணியான எனக்கு வெறும் ஆர்வத்தைத் தூண்டும் விஷயமா? சொல். என்னால் உனக்கு விடுதலையேற்பட்டது உண்மையென்றால், ஏன் உன்னால் எனக்கு அது ஏற்படவில்லை? சொல்.

அன்புள்ள மகாமாதா, உலகத்தைக் கடைத்தேற்றும் திட்டத்திலுள்ள உனக்கு இப்படிப்பட்ட கேள்விகளுக்குப் பதில் சொல்வதற்கு எங்கிருந்து நேரம் கிடைக்கும். சொல்.

• பிறப்பு •

பெயரைத் தொலைத்த
இப்போதைக்குச் சுவாமியான
என் தாயின் செல்ல மகன்.
கடிதத்தை முடித்தபின், தினகர் களைத்துப்போய்த் தூங்கிவிட்டான்.

. 10 .

மங்களூரில் தன் மூன்றாம் நாள் காலையில் வெகு சீக்கிரம் எழுந்ததாக அறிந்து வெளியே வந்த தினகர், தனக்கும் முன்னதாக எழுந்துவிட்டிருந்த அம்மா முற்றத்தைக் கூட்டி மெழுகிக் கோலம் போடத் தயாராயிருந்ததைக் கண்டான். 'தூங்கினாயா? ஒரு நாற் காலியை எடுத்துவந்து போட்டு உட்கார்ந்துகொள். இன்று என்ன கோலம் போடுகிறேனென்று பார். உன் கழுத்துத் தாயத்தில் உள்ள ஸ்ரீசக்கரத்தை முற்றம் முழுக்க நிறையும்படி போடுகிறேன். அது உன் தாயின் ரக்ஷையல்லவா? உன்னைக் காப்பாற்றி வந்திருப்பதல் லவா?' என்று சொல்லிக் கோலம்போடத் தொடங்கினார்.

சீதம்மா 'ஸ்ரீசக்கரம்' என்றது மட்டும் தினகருக்குப் புரிந்தது. அவன் எதிரிலேயே, மஞ்சள் குங்குமத்தில் முற்றத்தில் எழுந்து வந்ததைச் சிறிது சிறிதாகக் கிரகித்தவாறு அது முழுவதும் உருவான பிறகு, கண் நிறையப் பார்த்தான். அப்போது சூடான காபியைச் சுவைத்துக்கொண்டிருந்தான்.

ஒன்பது முக்கோணங்கள் ஒன்றிலொன்று சங்கமமாகி, சங்கம மானது தன் வலயத்தில் சக்கரமாகி, சக்கரமாக ஆனது பூவின் இதழ்களாகி, முழுப்பூவும் ஒரு சதுரத்துக்குள் வெளிப்பட்டு, நான்கு திசைகளிலும் விரிந்து, படைப்புச் சக்தியைத் தனக்குள் சூல்கொண் டிருந்தது. அது சீதம்மாவின் மனத்திலிருந்து வடிவம்கொண்டது. ஸ்ரீசக்கரத்தைப் பார்ப்பவரின் கண்கள் யோனி, லிங்கங்களின் இடைவிடாத சம்போகத்தில் மூழ்கிக் குங்குமம், மஞ்சள் வண்ணங் களில் தங்கியவாறு நகர்ந்து மையப்புள்ளியில் இரண்டறக் கலக்கும்.

காபி குடித்துவிட்டு மனசும் அமைதியடைந்ததைப் போலாகித் தினகர் மாடியிலிருந்த தன் அறைக்குப் போய் மீண்டும் எழுதுவதற்கு உட்கார்ந்தான். இம்முறை, தான் விட்டுவிலகி வந்த மனைவிக்கு எழுதினான்.

ப்ரிய ரஞ்சனா,

அன்று எனக்குத் தோன்றிய தீவிரமான வெறுப்பிலும் பொறா மையிலும் என் விடுதலையின் முன்னறிவிப்பு இருந்திருக்கலாம்.

சமையலறையில் இருந்த கத்தியால் உன்னைக் கிழித்துச் சாகடிக்க வேண்டுமெனத் தோன்றியது. அப்படியே, துரோகியாகிவிட்ட உனக்கும்கூட உன் விடுதலைக்கான வாய்ப்பு அவனால் நீ புணரப் பட்டபோது இருந்திருக்கலாம். நீ அவனுக்கு எல்லாவற்றையும் திறந்துகாட்டி, உன் எல்லா இண்டு இடுக்கிலும் அவனைத் தடவி இன்பத்தின் உச்ச கட்டத்தில் புலம்பியதைப் பொறாமையின்றி நினைவுபடுத்திக்கொள்ள நான் சமர்த்தனாகிவிட்டதாக எனக்குப் புரியத் தொடங்கியுள்ளது. இறந்துவிடுவோமோ என்கிற அளவுக்குத் தாங்கிக்கொள்ள முடியாத அபூர்வமான இன்பத்தின் அனுபவத் திலும் விடுதலைக்கான சாத்தியம் உண்டு. திட்டமிட்ட துரோகியா கவே இருந்துவிட்டால் நீ மனம் திருந்தமாட்டாய். தன் காதலின் மகிழ்ச்சிப் பெருக்கில் இருந்த பெண்ணொருத்தியை நான் தொட்டு அவள் மகாமாதாவாகியிருப்பதைப் பார்த்த பிறகு நான் இதைச் சொல்கிறேன்.

நான் கொடுத்த தங்கத்தைப் பார்த்து அந்தப் பிரமையில் உன் முகம் மலர்ந்ததை நினைக்கும்போதும் நீ அடைந்த பிரமையின் உச்சமே உன்னிடம் விரக்தியை மலரச் செய்யலாம் என்னும் நம்பிக்கை எனக்கிருக்கிறது.

அது என்றைக்குச் சாத்தியமோ சொல்ல முடியாது. ஆனால் அது சாத்தியமாகும்போது, அது எவ்வளவு சுலபமானது என்பதும் என்றாவது ஒரு நாள் எனக்கு அது தோன்ற வேண்டியிருந்தது என்பதும் உனக்குத் தெரியவரும்.

நல்லது நடக்கட்டும். ஆனால் நான் உன்னை மனசாரத் தொட்டு அடைந்ததில்லை. நீயும் மனசார என்னைத் தொட்டதையும் கண்டதில்லை. உன் தொடையிலுள்ள அந்த மச்சத்தை அவன் தடவுவான் என்று அவ்வப்பொழுது எனக்குண்டாகும் பொறாமை எனக்கு வேடிக்கையானதாகத் தெரியலாம் என்ற நம்பிக்கையில் இப்பொழுது நானிருக்கிறேன். இருக்கட்டும். பிறர் எச்சிலைத் தின்னும் ஒரு வெறும்பயலை ஏன் அப்படிப் புணர்கிறாயென்று புரியவில்லை.

என் ஃபிளாட்டை எவ்வளவு தினங்கள் வேண்டுமானாலும் எடுத்துக்கொள். நான் திடீரென்று அங்கு வந்து நிற்கலாம் என்ற பயமும் உனக்கு வேண்டாம். எனக்கு அப்படிப்பட்ட உந்துதலும் ஏற்படக்கூடாதென்று என் சாவியைப் பதிவுத் தபாலில் அனுப்பு கிறேன்.

மறந்தேவிட்டது. திருமணமாகி ஒரு வருட காலம் நீ ஆசைப் பட்டு என்னிடமிருந்து வாங்கிச் சேர்த்த எல்லாப் பொருள்களும் உன்னுடையவே.

உன்னிடமிருந்து வெறுப்புடன் விலகி

முக்தியடையாத

வழிதேடிக்கொண்டிருக்கும்

தினகர்.

• அனந்தமூர்த்தி •

தன் எல்லாக் காதலிகளையும் நினைத்துக்கொண்டு, ஒவ்வொன் றாகச் சின்னச் சின்னக் கடிதங்களை எழுதினான்.

அன்புள்ள சுதர்ஷினி,

நான் உன்னை மனசாரக் காதலிக்கவில்லை. நீயும் என்னைக் காதலிக்கவில்லை. ஆனால் ஒருவரை ஒருவர் வெற்றி கொள்ள ஆர்வம் கொண்டோம்.

ஒரு நாள் நீ உனக்குள்ளேயே முணுமுணுத்தவாறு தனியாக உனக்குள் ஆழ்ந்து உட்கார்ந்திருந்ததைப் பார்த்தது நினைவுக்கு வருகிறது. அதனால் பிறப்பிலிருந்து நீ விடுதலையடையும் சாத்தியம் எனக்குத் தெரிகிறது.

இப்படிக்கு
தினகர்

அன்புள்ள ப்ரீதி,

நீ என்னோடு கூட விரும்பியது உன் இளமை கழிந்துகொண்டி ருந்த திகிலில். எந்தப் பெண்ணிடமும் ஏற்படும் தொடக்க ஆர்வத் தால் நான் உன்னோடு கூடினேன். அதற்குப் பிறகு, உன்னிட மிருந்து தப்பித்துக்கொள்ள என்னென்னவோ உத்திகளை நான் தேடத் தொடங்கினேன். காதலின் பிரமையில் உன்னைத் தக்க வைத்துக்கொண்டிருந்தேன். ஏனென்றால் என்றைக்கும் உன்னைப் போலவே நானும் தனிமையானவன். நான் உன்னோடு கூடியபோது, நீ சுகம் காணவில்லை. ஆனால் அது எனக்கு இதமாகட்டுமென்று வேதனைப்பட்டு, நீ உனக்கே மோசம் செய்துகொண்டிருந்தாய். அதை நம்பியவனைப் போல நடித்துக்கொண்டிருந்த என் மோசத்தை மன்னித்துவிடு.

ஒரு நாள் நீ தலையில் சூடியிருந்த பூவை மிகுந்த எச்சரிக்கை யுடன் எடுத்து இலையில் வைத்து அதில் உன் விரல்களால் நீர் தெளித்து, தேவையான அளவு மட்டும் ஈரப்படுத்திக் கரிசனத்தோடு நீ அதைப் பார்த்தது நினைவுக்கு வருகிறது. நான் அதை ஆச்சரியத் தோடு பார்த்துக்கொண்டிருந்தேன் என்னும் உணர்வே உனக்கிருக்க வில்லை. அதனால் உனக்கு நல்லது நடக்கும் என்ற நம்பிக்கை எனக்கு உண்டாகிறது.

விரக்தியை விரும்பி, விரும்புவதாலேயே அதை அடைவது சாத்தியமில்லை என்று புரிந்துகொண்டுள்ளேன்.

இப்படிக்கு
உன்னுடைய
தினகர்.

அன்புள்ள மமதா,

உன்னை நிர்வாணமாகப் பார்க்க நீ விட்டதே இல்லை. ஆனால் ஒரு நாள் அவசரத்தில் நீ ஆடை களைந்து போர்வைக்குள் நுழையும்

போது உன் தொடையில் அகலமாக வெண்மையான லுகோடர்மா படையைக் கண்டேன். அது தொழுநோய் அல்லவென்று எனக்குத் தெரியும். ஆனால் நான் அப்படி நினைத்துக்கொள்வேனென்று உனக்குப் பயம். என்னைப் புகழ்வதற்கு நீ செய்யாத தியாகமில்லை. என் எல்லாக் காதலிகளையும் பொறாமை இல்லாமல் நீ பார்த்தாய்.

தொடையிலிருந்து படிப்படியாக உடம்பெல்லாம் பரவும் லுகோ டர்மா நோயிலேயே உன் விடுதலை உள்ளது. அதை எதிர்த்துப் போராடும் தைரியத்தைக் கடவுள் உனக்குத் தருவாராக.

உன்னால் நான் உண்மையில் கிளர்ச்சியடைந்ததில்லை. அனு தாபத்தால் மட்டும் உன்னைப் புணர்ந்தேன்.

இப்படிக்கு

உனக்காகப் பிரார்த்திக்கும்

தினகர்.

மறுநாள் விழித்தெழுந்து, லக்னோவில் ஒருத்தி, அலகாபாத்தில் ஒருத்தி, லண்டனில் ஒருத்தி, அவன் புணர ஏங்கிக்கொண்டிருந்த ஆனால் அதைத் தவிர்த்து அவனுக்கு ஆசையை வளர்த்துக் கொண்டிருந்த டெல்லிப் பத்திரிகையொன்றின் செய்தி சேகரிக்கும் ஒருத்திக்கு எனப் பலருக்குக் கடிதங்கள் எழுதவேண்டும் என்று எண்ணிக்கொண்டு, எழுதிய கடிதங்களை உறைகளில் போட்டான். மகாமாதாவுக்கு எழுதியதைத் தபாலில் சேர்த்துப் பயனில்லை. அவளுக்கு மூச்சு விடுவதற்கும் ஒய்வில்லை என்று நினைத்துக் கொண்டான். தபால் பெட்டியைத் தேடிக்கொண்டு வீட்டிலிருந்து வெளியே புறப்பட்டான்.

‘வாக்கிங் போய்விட்டு வந்தவுடனே குளித்துவிட்டுக் காலைப்பல காரம் சாப்பிடு. இன்று உனக்குப் பிடிக்குமென்று தோசைக்கு மாவு அரைத்து வைத்திருக்கிறேன். என் மகன் எந்நேரம் எழுந்திரிப் பானோ? இன்று கோர்ட் வேறு இருக்கிறது’ என்று சீதம்மா தினகரை அழைத்துச் சொன்னார். அவரது பேச்சு புரியாவிட் டாலும் அதிலிருந்த பரிவு இதமாயிருந்தது.

• அனந்தமூர்த்தி •

. 11 .

குளிக்கக் கிளம்பியவனைப் போலிருந்த நாராயண் தினகரின் அறைக்கு வந்து கதவைத் தாளிட்டான்.

'எனக்கு என்ன செய்ய வேண்டுமெனத் தோன்றவில்லை' என்று பேச்சைத் தொடங்கினான். முந்தின இரவு குடித்துவிட்டு வந்தவன் மகனை எழுப்பித் தன் முடிவைச் சொன்னானாம். சொத்தையெல்லாம் அவனுக்கே எழுதிவைத்துவிடுவதாகவும் சொன்னானாம். ஆனால் மகனோ கோபாவேசத்தில் குதித்து, அப்படிப்பட்ட அப்பனுக்குத் தான் மகனாகப் பிறந்ததற்காகப் புலம்பினானாம். தன்னைத் தூக்கி வளர்த்த கங்குவைப் பேராசைக்காரத் தேவடியாள் என்று திட்டி, பிரசாத்தைக் கபட சந்நியாசி என்று இகழ்ந்து, தன் தலையைச் சுவற்றில் மோதிக்கொண்டு, தான் இனி அந்த வீட்டில் இருக்கப்போவதில்லை, இருக்கப்போவதில்லை என்று கத்தினானாம். மாடியிலிருந்த தினகரின் சின்ன அறையில் அந்த வெறியாட்டம் கேட்கவில்லை. குடித்திருந்த தைரியத்தில் நாராயண் மகனிடம் பேசியிருக்க வேண்டும்.

அந்த வெறியாட்டம் நுட்பமான காதை உடைய சீதம்மாவுக்குக் கேட்டதாம். அவர் எழுந்துபோய்ப் பேரனைச் சமாதானம்செய்து, நாராயணிடம் 'முதலில் இந்தப் பையனுக்கு ஒரு கல்யாணத்தைச் செய்துவிடு. தனக்கு யாரும் பெண் தராமல் போய்விடுவார்களோ என்று பையனுக்குப் பயம் இருக்கலாம். அதோடு அவனுடைய தேர்தல் பைத்தியமும் தெளிந்துவிடும். என்ன இருந்தாலும் அவன் உன் மகனில்லையா? அப்பாவைப் போலவே தானும் முனிசிபாலிட்டி பிரசிடெண்ட் ஆக வேண்டும், ஆகிச் சாதிக்க வேண்டும் என்று அவனுக்கு ஆசை' என்றாராம்.

'அட, அந்த வெறியாட்டத்தின் சுவடே தெரியாமல் அம்மா கோலம் போட்டுக்கொண்டிருந்தாரே!' என்று தினகர் ஆச்சரிய மடைந்து, 'உன் அம்மாதான் உண்மையில் மகாமாதா. இந்த உலகில்

• பிறப்பு •

வாழ்ந்துகொண்டே எல்லோரையும் கவனித்துக்கொண்டு எல்லாவற்றையும் விட்டுவிட்டதைப் போலவும் இருக்கிறார்' என்றான்.

அடுப்பிலிருந்த – நான்கு தோசைகளை ஒரே சமயத்தில் வார்க்கும் அளவிலிருந்த – கல்லில் தோசைகளை 'சொய்ங்' என்று வார்த்து அவற்றின் மேல் நெய் தடவி, அவை முறுகலாகும்படி திருப்பிப் போட்டு, வெந்த பிறகு கொஞ்சம் வரமிளகாய்ச் சட்னியைத் தடவி, உருளைக்கிழங்கு மசாலாவோடு மடித்து, தோசைக்கல்லிலிருந்து எடுத்து இலையில் வைத்து, சிறிது பச்சை மிளகாய்ச் சட்னியைப் பக்கத்தில் வைத்தவாறே சீதம்மா தன் வேலையில் மும்முரமாக ஆழ்ந்திருந்தார். ஸ்ரீசக்கரத்தின் ஒன்பது முக்கோணங்களைத் தெய்வீக இணைவில் சந்திக்குமாறு செய்த அவரது கைவண்ணமே தோசைகளின் பக்குவத்திலும் தினகருக்குத் தெரிந்தது.

ஆங்கிலத்தில் பேசினால் தன் கவலை அம்மாவுக்குத் தெரியாதென்று, தினகரிடம் நாராயண் சொன்னான், 'எனக்குப் பிறந்தவனென்ற நிச்சயமுள்ள இந்த மகன், சட்டப்படியான என் வாரிசு, என் மகனேயல்ல எனத் தோன்றுகிறது...'

மேற்கொண்டு பேசினால் விருந்தாளியான சினேகிதனுக்கு வலியை உண்டாக்குமென்று பேச்சை மாற்றினான். நாட்டில் ஒரே தனிநபர் சட்டம் இருக்க வேண்டுமென்ற தன் அரசியல் கொள்கைகளை விவரித்துத் தினகரின் கருத்தை எதிர்பார்த்துக் காத்திருந்தான். வற்புறுத்தலால் இரண்டு மசால்தோசைகளைத் தின்ற தினகர், மேலும் வற்புறுத்தலுக்குட்பட்டு ஒரு முறுகலான சாதாதோசை தின்றுகொண்டிருந்தபோது, 'அம்மா' என்று அழைத்த சந்திரப்பாவின் குரல் கேட்டது. மகனுக்கு வைப்பதற்கென்றிருந்த தோசையை இலையில் எடுத்துக்கொண்டு புழக்கடையிலிருந்த சந்திரப்பாவுக்கு அதைக் கொடுத்துவிட்டு உள்ளே வந்து சொன்னார், 'கங்கு உன்னைப் பார்ப்பதற்கு இங்கே வரவேண்டுமா அல்லது நகர அலுவலகத்துக்கு வரவேண்டுமா என்று சந்திரப்பா கேட்டான். கங்குவுக்கும் தோசை தரலாமென்று அவள் குளிக்க வில்லையென்றாலும் சரி ஒரு நிமிடமாவது இங்கேயே வரச்சொன்னேன். அவளுக்கு விடுமுறை இல்லையா? வீட்டில் எல்லோருக்கும் அவள் கஞ்சி காய்ச்சுவாளே? கஞ்சி குடிப்பதற்கு எப்படியும் நேரமாகும் என்று இங்கேயே வரச்சொன்னேன். உனக்கு என்ன அவசரம்? அலுவலகம் இருக்கவே இருக்கிறது. அரைமணித் தாமத மாக அலுவலகம் போனாலாயிற்று. என் பேரன், மகாராஜன், ஏன் இன்னும் பலகாரம் சாப்பிட வரவில்லையோ? பாழாய்ப்போன அந்தப் போனைக் கையிலெடுத்தால், சாப்பாடுகூட மறந்துவிடுகிறது அவனுக்கு' என்று உற்சாகமாகப் பேசிக்கொண்டே கங்குவுக்கும் போதுமான அளவு தோசை மாவு உள்ளதா என்று பார்த்து, அடுப்புத் தீயைக் குறைத்து, 'உனக்கொரு தோசை வைக்கட்டுமா?' என்று மகனைக் கேட்டு, ஏப்பம் விட்டுத் தன் திருப்தியைக் காண்பித்த அவனால் நிம்மதியடைந்து, சீதம்மா

• அனந்தமூர்த்தி •

சந்திரப்பாவுடன் பேசுவதற்காகப் புழக்கடைக்குச் சென்றார். ஆனால் சந்திரப்பா காத்திருக்காமல், கையில் ஏந்தித் தின்ற எச்சில் இலையைப் புழக்கடைத் தொட்டியில் போட்டுவிட்டு, அவசரமாகப் போய்விட்டிருந்தான்.

. 12 .

அன்று வேறொரு அழகான புடவையில், அதற்கேற்ற கண்ணாடி வளையல்களை அணிந்து, சடையில் மல்லிகை முடிந்து, குளித்து விட்டே வந்ததைப் போலிருந்த கங்குவைச் சீதம்மா சமையலறைக்குப் பக்கத்தில் நாராயணின் நண்பர்களில் ஆச்சாரத்தைக் கடைப்பிடிக்காதவர்களுக்கென்று இருந்த வேறொரு சாப்பாட்டு அறையில் உட்கார்த்தித் தோசை வைத்தார். தோசை சாப்பிட்டு, இலையை எறிந்து, 'டைனிங் ஹால்' ஆன அந்தச் சாப்பாட்டு அறையில், அவசியமில்லையென்று சொன்னாலும் கேட்காமல் தான் கீழே உட்கார்ந்து சாப்பிட்ட இடத்தைச் சாணத்தால் மெழுகி விட்டு, கங்கு நாராயணைப் பார்க்க மாடிப்படியேறிப் போனாள்.

பேசி முடித்த பிறகு நாராயணும் கறுப்புக் கோட்டு, வெள்ளைப் பேண்ட் அணிந்து, வெள்ளைச் சட்டையின் மொடமொடவென்ற காலரில் வக்கீல் டை கட்டி, கையில் கௌனையும் கேஸ் கட்டையும் பிடித்து அவளுடனேயே கீழே இறங்கினான். அவனுக்குப் பின்னால் வந்த கங்கு தினகரை வணங்கி எழுந்து, 'உங்கள் பிரசாத் உங்களைப் பார்க்க வேண்டுமென்று சொன்னான். சாயங் காலம் வருகிறீர்களா?' என்று இந்தியில் கேட்டாள்.

பள்ளியில் கற்றிருந்த இந்தியை அவள் நன்றாகப் பயன்படுத்தியதைக் கவனித்து, 'ஆகட்டும்' என்றான் தினகர். 'கங்குவின் வீடிருப்பது இங்கே பக்கத்தில்தான். நம் வீட்டிற்கு எதிரே உள்ள ரோட்டில் வலதுபக்கம் திரும்பிச் சென்றால் தபால்பெட்டி தெரியும். அங்கிருந்து இடதுபக்கம் திரும்பிக் கொஞ்ச தூரம் போனால் சிண்டிகேட் பாங்க் தெரியும். பாங்கின் எதிரில் நின்றால் இடதுபக்கம் ஒரு சின்ன வீதி உள்ளது. அந்த வீதியில் ஐந்தாம் வீடு இவளுடையது. ரிஷிகேஷ் என்று வீட்டின் பெயர். பிரசாத்துக்கு ஏற்ற பெயர்' என்று நாராயண் சிரித்தான்.

தினகருக்கு ரிஷிகேஷில் சிவானந்தரின் ஆசிரமத்தில் அவர்கள் தங்கியிருந்தது நினைவுக்கு வந்தது. அடம்பிடித்த கோபாலை நாரா

யனே தூக்கிக்கொண்டு அம்மாவுடன் பாலம் தாண்டிப் போயிருந் தான். அது தினகருக்கும் கங்குவுக்கும் கிடைத்த அபூர்வமான தனிமைப்பொழுது. இப்போதோ கங்கு உணர்ச்சியற்று நின்றிருந்தாள்.

'வேண்டாம் கங்கு. சந்திரப்பாவை அனுப்பிவை. தினகர் வழி தவறிப்போக வேண்டாம்' என்று நாராயண் முடிவாகச் சொல்லி, 'கொஞ்சம் வா. உன்னோடு பேசவேண்டும். என் அலுவலகத்துக்குப் போகலாம். காரில் திருப்பி அனுப்புகிறேன்' என்று தினகரைக் கைப்பிடித்து அழைத்துப்போனான். கங்கு சீதம்மாவுடன் நல்லது கெட்டது சொல்லிக்கொள்ள நின்றாள்.

சாலையில் காரை ஓட்டிக்கொண்டே நாராயண் ஓர் ஆபத்திலி ருந்து தப்பிவிட்டதைப் போலப் பேசத் தொடங்கினான். 'காலை யில் எழுந்து மொட்டை அடித்துக்கொண்டு வந்த பிரசாத்தைக் கண்டு அவள் பயந்துவிட்டாளாம். ஆனால் பிரசாத் தன் சங்கீதப் பயிற்சியை முடித்துவிட்டு வந்து தாயின் காலில் விழுந்து வணங்கி எழுந்தானாம். "நாராயண தந்திரிகள் நம் வீட்டுக்கு வந்து போகட் டும். அம்மா, நான் வீட்டிலேயே தங்கி இருக்கிறேன். ஆனால் அங்கே இங்கே அலைந்துகொண்டிருப்பேன்" என்று சொல்லி விட்டானாம். சன்னியாசத்தின் காவியுடையும் தனக்கு வேண்டா மென்றானாம்.

'தெரிந்ததா தினகர்? பிரசாத் என் பெயரைச் சொல்லியது இதுவே முதல் முறை. கங்குவுக்கு ஆச்சரியமாகிவிட்டது. பிரசாத் கரிசனத்தோடு மிக அமைதியாகப் பேசினானாம். என் மீதிருந்த வெறுப்பில் விலகியிருந்தான். கங்குவுக்குக் கண்ணில் நீர் நிறைந்தது. மகனே முழுவதும் தியாகியாகி ஆதிசங்கரரைப் போல் எதிரில் நின்று அபயமூர்த்தியாகத் தெரிந்தால் உயிரோடிருக்கும் எந்தத் தாய்க்குத்தான் தான் இன்னொரு பிறவி எடுத்ததைப் போல இருக்காது? நான் அவளுக்குச் சாஸ்திரபூர்வமாகத் தாலி கட்டி ஊரார் கண் துடைக்க வேண்டியதில்லை என்று சொல்லிவிட்டாள். அது ஒரு தெய்வீகத் தருணம் என்பதைப் போலிருந்ததால் உன் விஷயத்தையும் மகனிடமிருந்து மறைக்காமல் சொல்லியாகிவிட்டது. அதனால்தான் நீ அவள் வீட்டுக்குப்போய்ப் பிரசாத்தை ஆசீர் வதிக்க வேண்டும் என்றாள் கங்கு. அதற்காகத்தான் அவள் உன்னை வீட்டுக்கு வருமாறு அழைத்தாள். கங்கு ஒரு மகத்தான பெண், தினகர்' என்று உணர்ச்சிகரமாக நாராயண் பேசியதைக் கேட்ட தினகர் மனக்குழப்பம் அடைந்தான்.

ஒரு பெரிய சங்கடத்திலிருந்து விடுபட்டவனது உணர்வு நாரா யணின் பேச்சிலும் சைகையிலும் இருந்தது. 'நாராயணைப் போல் சம்சாரத்தில் மூழ்கி ஆபத்துகளை எதிர்கொண்டவனது பெருந் தன்மையையும் அமைதியையும் நான் புரிந்துகொள்ள முடியாது. என்னைப் போன்றவன் எந்தப் பெருந்தன்மைக்கும் ஒழுக்க நெறிக் கும் தகுதியானவனல்ல' என்று நினைத்துக்கொண்டு, தினகர்

• பிறப்பு •

வினயத்துடன் நாராயணைப் பின் தொடர்ந்து அவனது அலுவலகத்துக்குள் நுழைந்தான். மங்களூரின் இளம் வெயில் குளிர்காலத்திலும் உறைக்கத் தொடங்கியது. பல கிளார்க்குகள், அலமாரி நிறையத் தடித்தடியான புத்தகங்கள் கொண்ட தன் பகட்டான அலுவலகத்தைப் பெருமையுடன் நாராயண் காட்டியதைப் பாராட்டிச் சிநேகிதத்துடன் தினகர் கைகுலுக்கினான். நாராயணின் கிளார்க் ஒருவன் காரை ஓட்டிவரத் தினகர் வீட்டிற்குத் திரும்பி வந்தான். 'உடம்பு சரியில்லையா?' என்று சீதம்மா கேட்டார். மதியச் சாப்பாட்டுக்கு ஏற்பாடு நடந்துகொண்டிருந்தது. சாப்பிடுவது போலக் கையால் சைகைசெய்து 'இன்றைக்குப் பத்ரடை செய்கிறேன்' என்றார்.

பாகம்
மூன்று

• பிறப்பு •

1.

ஓரிடத்தில் நிற்காதவராகப் பரபரத்துக்கொண்டிருந்த சாஸ்திரிகள் ராதா மல்லிகையை வாழைநாரில் தொடுப்பதைப் பார்த்து, 'சரோஜா மல்லிகைப்பூ கட்டும்போது அதில் அப்படி மூழ்கிப்போவாள். பாடும்போதோ அவள் சாட்சாத் தேவியைப் போலவே தெரிவாள்' என்று பெருமூச்சுவிட்டார். மீண்டும் முற்றத்தில் நடந்து சுற்றியவாறு, 'மகாதேவிக்குத் தன் மகளைக் கண்டு மனம் குளிர்ந்தால் போதுமெனத் தோன்றுகிறது' என்றார். ராதா பூத்தொடுப்பதை நிறுத்தி மனசுக்குள்ளேயே கடவுளை வேண்டத் தொடங்கினாள், 'கடவுளே, நான் காத்துக்கொண்டிருந்த கணம் இப்போதே வரட்டும்.'

அன்று காலை நேர இளம்வெயில் அவ்வப்பொழுது கண்ணில் பட்டு வானிலை இதமாக இருந்தது. சூரியன் மேகங்களில் சவாரி செய்திருந்தான். பெருக்கி மெழுகிய முற்றம் குளிர்ச்சியாக இருந்தது.

சாஸ்திரிகள் மீண்டும் இரண்டு சுற்றுகள் நடந்துவந்து, 'ராதா' என்றார். சிறிது அமைதியாக இருந்துவிட்டு, கையை முதுகில் கட்டிக்கொண்டு நின்று, 'அவன் என்னுடைய மகனா? என் மகனானாலும் அவன் என்னை அப்பா என ஏற்றுக்கொள்வானா? அவன் தன் தந்தையைக் கடவுளிடம் தேடும் தவம் செய்கிறவனாகத் தெரிகிறான். அவன் தேடுவது கிடைக்கட்டும் என்று அவனுடைய தந்தையென்று எண்ணிக்கொள்ளும் நான் கடவுளிடம் வேண்ட முடியும் அவ்வளவு தான். அவன் என்னுடைய மகனோ இல்லையோ? ஆனாலும் அவன் எனக்கு இன்னொரு ஜன்மம் கொடுப்பவனாகத் தோன்றுகிறான். கடவுளின் கருணையால் நான் மறுபடியும் பிறப்பேன் என்று எண்ணி எனக்குள் ஊளையிடுவது நின்றுவிட்டது' என்றார்.

ராதா பொலபொலவெனக் கண்ணீர் விட்டவாறு தான் மறைத்து வைத்திருந்த ரகசியத்தைச் சொல்லி சாஸ்திரிகளை முகம் மலரச் செய்தாள்.

• 111 •

. 2 .

சாஸ்திரிகள் நிலபுலன்கள் உடைய செல்வந்தரானதால், மகளை மங்களூர்க் கல்லூரியொன்றில் படிக்கவைத்தார். அவர் மகள் மங்களா படிப்பில் கெட்டிக்காரி. அவள் தரமான கல்லூரியில் படிக்கட்டுமென்பது அவர் ஆசை. மகள் யாரேனும் உறவினர்கள் வீட்டில் தங்கிப் படிக்கட்டுமென்ற, மகளின் ஒழுக்கத்தில் கவலை கொண்ட மனைவியின் விருப்பத்தை சாஸ்திரிகள் ஒரேயடியாக நிராகரித்தார். அதற்குக் காரணம் தன் உறவினர்கள் என்று சொல்லிக் கொள்ள அவருக்கு யாரும் இல்லை. அதனால் மகளை ஹாஸ்டலில் தங்கிப் படிக்கவைத்தார். அந்தச் சுதந்திரத்தின் வளர்ச்சியாக விவா தங்களில் திறமையாகப் பேசக்கூடிய ஓர் இளைஞன் அவளுக்குச் சிநேகமாகிவிட்டிருந்தான். அவளும் விவாதங்களில் விருப்பமுள்ள பெண்தான். விவாதங்களின் மீதிருந்த பைத்தியத்தால் அவளுக்கு அரசியல் சங்கதிகளில் ஆர்வமும் ஏற்பட்டிருந்தது. ஏழைக் குடும்பத் தில் பிறந்து ஸ்காலர்ஷிப் பெறுகிற அளவுக்குப் புத்திசாலியான, இன்ஜினியரிங் படித்துக்கொண்டிருந்த அந்த இளைஞன் மலை நாட்டின் ஹளேபைக்கா ஜாதியைச் சேர்ந்தவன். தாடி வளர்த்து ஜிப்பா பைஜாமாவிலிருந்த அழகான இளைஞன் அவன்.

திம்மையா என்னும் தன் பெயரைச் சார்வாகன் என்று மாற்றிக் கொண்டு எல்லோரது கவனத்துக்கும் உரியவனானான். தன்னை எல்லோரும் கவனிக்கும்படி நடந்துகொள்வது அவனுக்குப் பழக்க மாகிவிட்டிருந்தது. நிலவுடைமைக்காரர்களைத் திட்டுவது, ஜாதி வெறியைக் கண்டிப்பது போன்றவற்றை அவன் நூதனமான வார்த்தைகளில் செய்ய வல்லவனாயிருந்தான். ராதாவுக்கு அவற்றை யெல்லாம் விவரித்தாலும் புரியாது. அவன் கம்யூனிஸ்டாகி, அதையும் தாண்டிப்போய்விட்டான் என்பது ராதாவுக்கு மங்களா விடமிருந்து தெரிந்தது.

மங்களாவுக்கு அவனுடைய வாதங்கள் கவர்ச்சிகரமாயிருந்தன. அவளுக்குத் தன் தந்தை மீதிருந்த வெறுப்புணர்வுக்குச் சார்வாக

னால் புதிய நியாயம் கிடைத்ததைப் போலாயிற்று. வீட்டிற்கு வந்தபோது தாய் கட்டாயப்படுத்தினாலும் அவள் கடவுளைக் கும்பிடுவதில்லை. பிராமணர்கள் எல்லோரும் பிறரைச் சுரண்டிப் பிழைப்பவர்கள் என்று வாதிடுவாள். அவளுடைய கருத்துகள் சாஸ்திரிகளுக்குத் தெரியாதவாறு மகாதேவியும் ராதாவும் பார்த்துக் கொண்டார்கள்.

மங்களாவின் மனத்தில் ஏற்பட்ட மாற்றங்களால் அவள் ராதா வுக்கு நெருக்கமாகிக்கொண்டே போனாள். ராதாவின் வீட்டில் தான் கஞ்சி குடிக்க வேண்டுமென்று அடம் பிடிப்பாள். ராதா அதற்கு ஒப்புக்கொள்ளமாட்டாள். ஆனால் ஒப்புக்கொள்ள முடியா தென்றும் சொல்லமாட்டாள். மங்களா தன் காதலை ராதாவிடம் சொல்லியிருந்தாள். 'எங்களுக்குத் திருமணத்தில் நம்பிக்கையில்லை, நாங்களிருவரும் இணைந்து ரகசியமாக மக்களை ஒன்று சேர்த்துப் புரட்சி செய்வோம்' என்று மங்களா சொன்னதை முதலில் ராதா நம்பவில்லை. ஆனால் 'பைத்தியக்காரப் பெண் நிஜமாகவே தன் வாதங்களில் தீவிரமாயிருக்கிறாள்' என்று ராதா பின்னர் நம்பத் தொடங்கினாள். மங்களூரின் மற்ற பெண்களைப் போல அவ ளில்லை. அவளுக்கு நகை, உடைகளில் கொஞ்சமும் ஈடுபாடில்லை. அவற்றில் ஆசை வைத்தவர்களைக் கேலி செய்தாள். தன் எதிரில் தங்க வளையல்களை அணிந்திருப்பதே அவமானம் என்பதாக மங்களா ராதாவை உணரச்செய்திருந்தாள்.

அவள் உடுத்தது சாதாரண வெள்ளைப் புடவை, வெள்ளை ஜாக்கெட். கழுத்தில் ஒரு சங்கிலியோ காதில் ஒரு தோடோ அணிய வில்லை. ஒருநாள் பேச்சுக்குப் பேச்சு வளர்ந்து, 'கர்ப்பிணியாயி ருந்த தன் மனைவியை அடித்துக் கொன்ற என் கொலைகாரத் தந்தையோடு எதற்கு உறவு வைத்திருக்கிறீர்கள்? முதலில் உங்களைப் போன்றவர்கள் விடுதலை பெறவேண்டும்' என்று தாட்சண்யமில் லாமல் அவள் சொல்லிவிட்டாள். 'தந்தையைப் போலவே மகளும். தீநாக்கையுடைய பிடிவாதக்காரி' என்று எண்ணி ராதா அமைதி யாக இருந்துவிட்டாள். மங்களா அப்படிச் சொன்னதைக் கோபக் கார மனிதரான சாஸ்திரிகளிடம் சொல்லாமல் ராதா மனசுக்குள் அடக்கிக்கொண்டாள். தனக்கு ஆதரவளிக்கும் வீட்டில் ராதாவுக்கு யார் வேண்டியவர்? யார் வேண்டாதவர்?

இருவரும் கல்லூரியைவிட்டு ஓடிப்போன பிறகு, ஆறுமாத காலம் எங்கெங்கே இருந்தார்களோ, எந்த அளவு கஷ்டப்பட்டார்களோ தெரியாது. சார்வாகன் சிவமொக்கவுக்கு வந்து ஒரு கராஜில் கார் களைப் பழுதுபார்க்கும் வேலையில் சேர்ந்தான். அவன் சம்பாத்தி யம் அவர்கள் வயிற்றுக்குப் போதாமல் போனபோது, 'நாங்கள் எங்கிருக்கிறோம் என்பதை அப்பாவுக்குத் தெரிவிக்காதீர்கள். சூத்தி ரன் என்று என் கணவனை அவர் கொலை செய்தாலும் செய்து விடுவார். உங்களுக்கு விருப்பமென்றால், முடியுமென்றால் எனக்குக்

கொஞ்சம் பணம் அனுப்புங்கள். புரட்சி வாழ்க' என்று மங்களா ராதாவுக்குக் கடிதம் எழுதியிருந்தாள். ராதா மாதாமாதம் ஆயிரம் ரூபாய்க்குக் குறையாமல் பணம் அனுப்பத் தொடங்கினாள்.

சில மாதங்கள் கழித்து மங்களாவிடமிருந்து சுரத்தற்ற கடிதங்கள் வரத் தொடங்கின. எல்லாக் கணவன் மனைவிக்குமுள்ள இயல்பான சண்டைகளாக அவை ராதாவுக்குத் தோன்றின. ஆனால் மங்களாவுக்கு 'கணவன் மனைவி சண்டை அவர்கள் சாப்பிட்டுப் படுக்கிற வரைக்கும்தான்' என்று தெரியவில்லை. அவையெல்லாம் புரட்சிக்காரர்களின் வாழ்க்கையில் மறைந்துள்ள சிக்கல்களாகத் தெரிந்தன. தனக்கு அப்படிப்பட்ட விஷயங்கள் புரியாவிட்டாலும், மங்களா தன்னை நம்பி அவற்றைச் சொல்லத் தயாராயிருந்ததில் ராதா மகிழ்ச்சியடைந்தாள்.

'சார்வாகன் நேரத்தோடு வீட்டிற்கு வருவதில்லை. குடிக்கக் கற்றுக்கொண்டிருக்கிறான். என்னைப் போன்ற ஒரு பெண்ணைக் கட்டிக்கொண்டு குடும்பஸ்தனாகிப் புரட்சியில் தனக்குப் பங்கேற்க வாய்ப்பில்லாமல் போய்விட்டதென்று சண்டைபோடுகிறான். ஆனால் அவன் புரட்சியின் உண்மைச் சொரூபத்தைப் புரிந்து கொண்டதாகத் தெரியவில்லை. ஒரு குடும்பப் பெண்ணுக்கு மட்டுமே புரட்சியின் உண்மையான அர்த்தம் தெரியும்' என்று மங்களா எழுதியதற்கு, 'உன் கணவனை வசப்படுத்திக் கர்ப்பிணி யாகிவிடு. அப்போது எல்லாம் சரியாகிவிடும்' என்று அப்படிப்பட்ட சங்கதிகளில் நிபுணியான ராதா எழுதியிருந்தாள். தன் புரட்சிகர மான கொள்கைகளைக் கைவிடாத மங்களா ராதாவின் இதமான யோசனையை ஏற்றுக்கொண்டிருக்கலாம்.

'இப்போது உங்கள் மகள் ஏழு மாதக் கர்ப்பிணி. உங்களுக்கு விருப்பமென்றால் அவளை அழைத்துவருகிறேன். தாய் வீட்டிலேயே அவளுக்குப் பிரசவமாகட்டும். ஒத்தாசைக்கு நானிருக்கிறேனல் லவா?' என்று வெளித்தோற்றத்திற்கு உற்சாகத்துடன், ஆனால் கவலையோடு கேட்டாள் ராதா. 'உங்கள் மருமகன் பிராமணனல்ல என்று நீங்கள் மங்களாவைத் தூர விலக்க வேண்டியதில்லை. அதல்லாமல் பிறக்கப்போகும் குழந்தை ஒன்றும் அறியாதது. அது எந்த ஜாதி? நான்கூடப் பிராமணத்தி இல்லையே?' என்று கேலி செய்தாள்.

சாஸ்திரிகள் கம்பீரமாகச் சொன்னார், 'அழைத்துக்கொண்டு வா.' தன் சாபம் முடிவுக்கு வரும் என்ற நம்பிக்கையுடன், 'என் மனமும் ராதாவின் வழிகாட்டலில் அமைதியடையட்டும், பகவதி' என்று சாஸ்திரிகள் மனத்துக்குள்ளேயே வேண்டினார்.

'தரித்திரம்பிடித்த அந்தப் பையனுக்கும் உடுப்பியில் ஒரு கராஜ் வைத்துக்கொடுத்தால் ஆயிற்று. என் மகள் தூரத்திலிருந்தால் எந்தக் கேள்வி கேட்பாருமில்லாமல் அவன் குடித்துக் கெட்டுப்போவான்' என்றார்.

• பிறப்பு •

மகாதேவிக்கு அதையெல்லாம் சொல்லி, பேரக்குழந்தையைத் தன் வீட்டிலேயே வளர்க்க ஏற்பாடு செய்ய வேண்டுமென எண்ணிக்கொண்டு மிகுந்த மகிழ்ச்சியுடன் வீட்டிற்குப் போய்க்கொண்டிருந்த சாஸ்திரிகளுக்கு, 'தினகர் என் மகனில்லை என்றால் அந்த ட்ரங்க் பெட்டியிலிருக்கும் தங்கம் என்னுடையதே. அது என் மகளின் குழந்தைக்குச் சேரவேண்டிய சொத்து' எனத் தோன்றியது.

'அப்படிப்பட்ட யோசனையெல்லாம் எனக்கு வராமல் பார்த்துக்கொள், பகவதி' என்று வேண்டிக்கொண்டே தன் வீட்டிற்குள் நுழைந்ததைப் பிற்காலத்தில் மனக்கிலேசத்தால் உண்டான குழப்பங்களின்போது சாஸ்திரிகள் நினைத்துக்கொண்டார்.

. 3 .

ஐயப்பன் தரிசனத்துக்காகச் சபரிமலை ஏறி இறங்கியது தனக்கு வெறும் பிக்னிக் சென்றதைப் போலாகிவிட்டதென்பதில் தினகருக்கு ஆச்சரியம் ஏற்படவில்லை. மலையிலிருந்து இறங்கி ஆற்றில் குளித்துக் கொண்டிருந்தவன் 'ஓர் எதிர்பார்ப்புடன் தேடுவது கிடைக்காது' என்று தனக்குத்தானே சொல்லிக்கொண்டான். தண்ணீர் வழிந்த தன் உடம்பை மகிழ்ச்சியுடன் துடைத்துக்கொண்டு, மலை ஏறுவ தற்கு முன்பே தான் வாங்கிவைத்திருந்த கேரளாவின் அகலமான சிவப்புக் கரை வேட்டியை உடுத்து, வெள்ளைக் கதர்ச் சட்டையை அணிந்தபோது தன்னை உலுக்கியெடுத்த மங்களூரின் அந்தக் குளிர்கால மாலையில் நடந்தவை மீண்டும் அவன் நினைவுக்கு வந்துகொண்டிருந்தன.

கையில் தம்பூராவைப் பிடித்து மீட்டியவாறு பிரசாத் பத்மா சனம் போட்டுப் பாடிக்கொண்டிருந்தான். தன் தாய்தந்தை யார் என்று அறியாத தினகருக்குப் பிரசாத்தைக் கண்ட கணத்தில் அவன் தன் மகனாயிருக்கலாமோ என்ற ஆர்வம் பிறந்தது. பிரசாத் தின் நீளமான கண்கள் அரைத்தூக்கத்தில் இருந்ததைப் போலப் பாதி மூடித் தமக்குள் மூழ்கியிருந்த காட்சி தினகரைப் படிப்படி யாக ஆக்கிரமித்தது. ஒல்லியான ஆனால் வலிமையான தசைகளைக் கொண்ட அவனது உடம்பு நிமிர்ந்து தியானத்தில் ஆழ்ந்திருந்தது. மாலைநேரத்தின் மிருதுவான நிழலில், ஆகாயம் தெரியும்படி அமைந்திருந்த வெளிமுற்றத்தில் உட்கார்ந்திருந்த பிரசாத் இளம் ரிஷிகுமாரனாகத் தெரிந்தான். தினகர் சற்றுத் தொலைவில் நின்று அவனைக் கண்ணாரப் பார்த்தான். நீளமான தலைமுடியையும் தாடியையும் பிரசாத் அன்றுதான் மழித்திருக்க வேண்டும். மொட்டையடித்திருந்த இடம் வெளுத்து நீண்ட காலம் வெயில் படாமல் மூடியிருந்தது தெரிந்தது. காற்றும் வெயிலும் படுமாறு திரிந்த அவனது உடம்பின் நிறம் களங்கமற்றிருந்தது. கோபியர் களுக்குப் போதை வரவழைத்த கறுமை நிறம் அவனுடையது.

• பிறப்பு •

ஒரு வெள்ளை வேட்டியை இடுப்பில் சுற்றி, உடம்பைப் பற்றிய கவனமே இல்லாதவனாக இன்னொரு வெள்ளை வேட்டியைத் தோளின் மேல் போட்டிருந்தான். அவன் மூக்கு சற்று வளைந்து நீண்டிருந்தது. தாடை திருத்தமாகவும் நெற்றி அகலமாகவும் இருந்ததைத் தினகர் கவனித்தான். அவன் காதுகள் நிச்சயம் நாராயணுடையவை போல இல்லை. தினகருடையவை போலவும் இல்லை. அவனுடைய அம்மாவினுடைய காதுகளைப் போன்றவை. தோடு அணிந்திருந்தால் எடுப்பாகத் தெரிந்திருக்கக்கூடிய காதுகள். அவனது ஒடுங்கிய முகத்தின் அழகு பெண்களைக் கவரக்கூடியது. தினகர் அப்படி எண்ணியபோது அவனுக்குத் தன் காம வாழ்க்கை நினைவுக்கு வந்தது. பிரசாத்தின் முக அழகை அப்படிப் பரிசீலிக்கும் தன் ரகசிய நோக்கத்தால் தினகர் வெட்கப்பட்டான். ஆனால், எதற்காக வெட்கப்படவேண்டும் என்று பிரசாத்தின் சங்கீதத்தால் பாதிக்கப்பட்டவனாக யோசித்தான்.

பிரம்மசூத்திரத்திற்கு விளக்கம் எழுதிக்கொண்டிருந்த ஆதிசங்கரர் பார்ப்பதற்குப் பிரசாத்தைப் போலவே இருந்திருக்க வேண்டும். அவர் பாலதுறவியாக இருந்தும் மன்மதக்கலையில் தேர்ந்தவர்களையும் மிஞ்சுகிறபடி தேவியை உச்சி முதல் பாதம் வரை வர்ணித்தவர்.

சந்திரப்பா வெறும் அரைக்கால் சட்டையும் பனியனும் அணிந்து, மண்வெட்டியைப் பக்கத்தில் வைத்துக்கொண்டு ஆச்சரியத்தோடு திறந்த வாயுடன் கையில் ஒட்டியிருந்த சேறைப் பொருட்படுத்தாமல் பிரசாத் பாடுவதைக் கேட்டுக்கொண்டிருந்தான். தினகர் அமைதியாக வீட்டுக்கு எதிரிலிருந்த நந்தியாவட்டை, செம்பருத்திச் செடிகளையும் பாரிஜாதம், செண்பக மரங்களையும் கொண்ட தோட்டத்து நிழலில் நின்றிருந்தான். சந்திரப்பாவின் உழைப்பில் பூக்களின் நறுமணம் தோட்டம் முழுவதும் பரவியிருந்தது.

தன் மகனை வாத்சல்யத்துடன் தினகர் பார்த்துக்கொண்டிருந்ததைக் கங்கு கவனித்திருக்க வேண்டும். வெள்ளி டம்ளரில் சூடான பாலை வெளிமுற்றத்துத் திண்ணை மேல் வைத்து, 'வாங்க' என்று உபசரித்து, தினகரைத் திண்ணையில் உட்காரும்படி அழைத்தாள். கங்கு தலையை முந்தானையால் மூடி நெற்றியில் சந்தனம் இட்டு ரிஷிபத்தினியைப் போலத் தெரிந்தாள்.

எவ்வளவு நேரம் என்று தெரியாமல் தினகர் உட்கார்ந்திருந்தான். நிழல்கள் நீண்டு விளக்கேற்றும் நேரம் வந்தது. எந்த உணர்ச்சியும் இல்லை என்பதைப் போலச் சலனமில்லாமல் உட்கார்ந்து, பிரசாத் தனக்குத் தானே பாடிக்கொண்டிருந்தான். அவனது ஆலாபனை அலை அலையாகத் தவழ்ந்தது. தான் புறப்பட்டுவந்த மூலச் சுருதிக்கே மீண்டும் மீண்டும் வந்து, தணிந்து, இதோ எளிமைப்பட்டு விடும், இதோ மீண்டும் இறுக்கமடைந்துவிடும் என ஏறியிறங்கும் அறிகுறியில், தினகர் தொட விரும்பியதைத் தொட்டுவிட்டவனாகப் பிரசாத் தெரிந்தான்.

• அனந்தமூர்த்தி •

தினகர் தேடிக்கொண்டிருந்த 'அதிர்ஷ்டத்தை' பிரசாத் அப்போது அடைந்துவிட்டதாகத் தோன்றியது. சலனத்திலிருந்தாலும் அது சலனமற்றது. தடையின்றிச் செலுத்தப்படுவதாலேயே அது சலனமற்றது. ஆனால் தினகரைப் போன்றவர்களுக்கு அது கண நேரம் தோன்றி மறையும் ஒன்று.

பிரசாத் அவன் மகனாகவே இருந்தால் என்ன? இல்லாவிட்டால் என்ன? அதுவரைக்கும் தினகர் எட்டாததை அவன் எட்டிவிட்டதாகத் தோன்றியது. அவ்வப்பொழுது தினகருக்குப் பளிச்சிட்டதாகத் தோன்றியதைப் பிரசாத் தீர்க்கமாகத் தரிசித்திருக்க வேண்டும். முழுக்க அமைதியான அவனுடைய பாவனை அப்படியிருந்தது. பிறப்பிலிருந்தாலும் அதற்கு வளைந்து கொடுக்காமல் இருப்பது பிரசாத்துக்குச் சாத்தியமாகியிருந்ததாகத் தெரிந்தது. தினகர் அவனைக் குருபக்தியோடு பார்த்தான்.

அது ஒரு புனிதமான தருணம். தினகர் அவன் தந்தையாயிருந்தால் என்ன, இல்லாவிட்டால் என்ன? தினகருக்கு அவன் காலைத் தொட்டு வணங்கத் தோன்றியது. தினகருக்கு அப்படித் தோன்றிய போதே தெளிவான மனத்துடன் இருந்தவனைப் போலிருந்த பிரசாத் கனவிலிருந்த தன் கண்களைத் திறந்தான். தினகர் தன்னுடைய தந்தையா இல்லையா என்ற சந்தேகமோ ஆர்வமோ அல்லது கவலையோ எதுவுமே ஒரு பொருட்டல்ல என்பதாகப் பிரசாத் அவனை முழுசாகத் தன் பார்வைக்குள் கொண்டுவந்து தீர்க்கமாகப் பார்த்தான். திவ்யமான அவனது பார்வைக்கு வசப்பட்டுத் தினகரும் ஒருகணம் பற்றற்ற நிலையை உணர்ந்திருக்க வேண்டும்.

தம்பூராவைக் கண்களில் ஒற்றிக்கொண்டு, பிரசாத் உடனே எழுந்து நின்றான். மிக அழகான, உயரமான, மிருதுவான சுபாவ முள்ள பையன் என்று தினகருக்கு அந்தக் கணம் அவன்மீது புத்திர வாத்சல்யம் பிறந்தது.

கவர்ச்சிகரமானவை என்று தினகருக்குத் தோன்றிய பிரசாத்தின் கண்கள் மூடிக்கொண்டன. பிறகு, கைகூப்பி நின்று, கடவுளை வணங்குவதுபோலத் தினகருக்குச் சாஷ்டாங்க நமஸ்காரம் செய்தான். தான் மனம் மாறிவிட்டதாக எண்ணி ஆசீர்வதிக்கும் வார்த்தைகள் தோன்றாமல் தினகருக்கு ஆச்சரியம் உண்டாயிற்று. பிரசாத்தின் தலையை வருடினான். அவன் நெற்றியையும் கன்னத்தையும் பிடித்து உச்சி மோந்தான்.

அதைத் தூரத்திலிருந்து பார்த்துக்கொண்டே நின்றிருந்த கங்குவின் கண்கள் நிறைந்தன. அவளுக்கும் அது ஒரு புனிதமான தருணமாகவே தோன்றியிருக்க வேண்டும். விளக்கேற்றி வைத்துத் தனக்குத் தானே என்பதைப் போலச் சொல்லிக்கொண்டாள், 'இனிமேல் என் மகன் துறவி. அவன் யாரையும் வணங்க வேண்டியதில்லை. அவனே புனிதமான பாதங்களைப் பெற்றவனாகிவிட்டான்.'

• பிறப்பு •

அதன் பிறகு முந்தானையால் கண்ணீரைத் துடைத்துக் கொண்டாள். ஒரு தாய்க்கு உண்டான தீவிரமான விருப்பங்களையெல்லாம் விட்டுக்கொடுக்க வேண்டிவந்த தன் நிலைமையைத் துக்கத்துடன் எதிர்கொண்டவாறே, கேட் வரைக்கும் வந்து, 'போய் வாருங்கள்' என்று தினகருக்கு விடை கொடுத்தாள்.

❖ ❖ ❖